தாமரைச்செல்வி (1953)

(ரதிதேவி கந்தசாமி)

இலங்கையின் வடபகுதியிலுள்ள கிளிநொச்சி, பரந்தன் – குமரபுரத்தில் பிறந்து தற்போது புலம்பெயர்ந்து அவுஸ்திரேலியாவில் வாழ்கிறார். தன்னுடைய 20 ஆவது வயதில் 1973லிருந்து எழுதத் தொடங்கிய தாமரைச்செல்வி கடந்த ஐம்பது ஆண்டுகளாக தொடர்ந்து எழுதிவருகிறார். இதுவரையில் 07 நாவல்கள், 03 குறுநாவல்கள், 200க்கு மேற்பட்ட சிறுகதைகள் நூலாக்கம் பெற்றுள்ளன. ஓவியங்கள் வரைவதிலும் தாமரைச்செல்விக்கு ஈடுபாடுண்டு. இவருடைய 05 சிறுகதைகள் ஆங்கிலத்திலும் 03 கதைகள் சிங்களத்திலும் ஒரு கதை ஜேர்மன் மொழியிலும் மொழிபெயர்க்கப்பட்டுள்ளன.

இரு தடவை இலங்கை அரசினால் வழங்கப்படும் அரச சாகித்திய விருதுகளைப் பெற்றவர். அத்துடன் தமிழ்நாடு முற்போக்கு எழுத்தாளர்கள், கலைஞர்கள் சங்கத்தின் விருது, இலங்கை வடமாகாணசபையின் இரு விருதுகள், யாழ் இலக்கியப் பேரவையின் விருது, கொழும்பு சுதந்திர இலக்கிய அமைப்பின் விருது, தமிழ்நாடு கு. சின்னப்ப பாரதி அறக்கட்டளையின் விருது உட்படப் பல விருதுகளும் பரிசுகளும் கிடைத்துள்ளன. ஆறு சிறுகதைகள் குறும்படங்களாக எடுக்கப்பட்டுள்ளன. இலங்கை அரசின் கல்வி அமைச்சு தமிழ்மொழிப்பாடத்தில் இன்னொரு பக்கம் என்ற கதையையும் தமிழ்நாடு கல்வி அமைச்சு பதினோராம் வகுப்புக்கான பாடத்திட்டத்தில் பசி கதையையும் இணைத்திருக்கின்றன.

தாமரைச்செல்வியின் பிற நூல்கள்:

1. சுமைகள் (நாவல்) 1977
2. விண்ணில் அல்ல விடிவெள்ளி (நாவல்) 1992
3. தாகம் (நாவல்) – 1993
4. வேள்வித்தீ (குறுநாவல்) – 1994
5. ஒரு மழைக்கால இரவு (சிறுகதைகள்) – 1998
6. அழுவதற்கு நேரமில்லை (சிறுகதைகள்) – 2002
7. வீதியெல்லாம் தோரணங்கள் (நாவல்) – 2003
8. பச்சை வயல் கனவு (நாவல்) – 2004
9. வன்னியாச்சி (சிறுகதைகள்) – 2005
10. வன்னியாச்சி (ஒரு மழைக்கால இரவு, அழுவதற்கு நேரமில்லை, வன்னியாச்சி மூன்று நூல்களிலும் வந்த 37 கதைகளையும் சேர்த்து) – 2018
11. உயிர்வாசம் (நாவல்)

சின்னாசிக் கிழவனின் செங்காரிப் பசு

தாமரைச்செல்வி

எதிர்
வெளியீடு

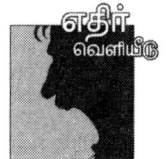

சின்னாசிக் கிழவனின் செங்காரிப் பசு
தாமரைச்செல்வி

முதல் பதிப்பு: டிசம்பர் 2023

எதிர் வெளியீடு,
96, நியூ ஸ்கீம் ரோடு, பொள்ளாச்சி - 642 002
தொலைபேசி: 04259 226012, 99425 11302

விலை: ரூ. 250

Cinnasi Kilavanin Sengaari Pasu
Thamaraiselvi

Copyright © Thamaraiselvi
First Edition: December 2023

Published by
Ethir Veliyeedu, 96, New Scheme Road, Pollachi - 2
email: ethirveliyedu@gmail.com
www.ethirveliyeedu.com

ISBN: 978-81-19576-12-8
Cover Design: Lark Bhaskaran
Printed at Jothy Enterprises, Chennai.

All rights reserved. No part of this book may be reprinted or reproduced or utilised in any form or by any electronic, mechanical or other means, now known or hereafter invented, including Photocopying and recording, or in any information storage or retrieval system, without permission in writing from the Publisher.

ஐம்பது வருடங்களுக்கு முன்பு காகிதமும் பேனாவும் வாங்கித் தந்து என்னை எழுத வைத்த என் பெற்றோராகிய **திரு. வே. சுப்பிரமணியம், திருமதி. இராசம்மா சுப்பிரமணியம்** இருவருக்கும் இந்நூல் சமர்ப்பணம்.

உள்ளடக்கம்

முன்னுரை — 09
அணிந்துரை — 13
என்னுரை — 19

1. யாரொடு நோவோம் — 21
2. கனவுகளின் மீள்வருகை — 33
3. கசிந்துருகி கண்ணீர் மல்கி — 40
4. மௌன யுத்தம் — 49
5. எதிர்பார்ப்பு — 56
6. வெயிலோடும் மழையோடும் — 64
7. மழை வரும் காலம் — 76
8. அவனும் அவளும் — 88
9. இருட்டின் நிறம் வெள்ளை — 97
10. பறவைகளின் நண்பன் — 110
11. சின்னாசிக் கிழவனின் செங்காரிப் பசு — 121
12. இனிவரும் நாட்கள் — 136
13. வாழ்தல் என்பது — 148
14. தேவதைகளின் உலகம் — 158
15. நிழல் — 169

முன்னுரை

இந்திரன்

ஈழத்தின் புனைகதை உலகப் பரப்பிற்குள் கடந்த 50 ஆண்டுகளாகத் தொடர்ந்து ஒலித்து வரும் தாமரைச்செல்வியின் பெண் குரல் முக்கியமானது. இக்குரல் கண்ணாடியில் தன் பிம்பத்தைத் தானே தன் அலகால் குத்திக் கொண்டிருக்கும் சிட்டுக்குருவியைப் போல நடந்து கொள்வதாக எனக்குத் தெரிவது வழக்கம்.

ஈழத்து மண்ணின் போர்க்கால வாழ்க்கையானாலும், ஆஸ்திரேலியாவில் புலம்பெயர் வாழ்க்கையானாலும் எளிய முறையில் அன்றாட வாழ்க்கையை விசாரித்தபடி கதைசொல்லிச் செல்பவை இவரது சிறுகதைகள்.

தற்போது ஆஸ்திரேலியாவில் புலம்பெயர்ந்து வாழ்ந்து வந்த போதிலும் இவரது குரல் கிளிநொச்சிப் பிரதேசத்தின் ஒரு பெண்ணின் பார்வையில் பகிர்ந்து கொள்ளப்படும் ஒரு இலக்கிய சாட்சியம்தான். 25 ஆண்டு கால ஈழத்தின் உள்நாட்டுப் போர் மற்றும் ஆஸ்திரேலியாவின் புலம்பெயர் வாழ்வு ஆகியவற்றை சுற்றிச் சுழல்கின்றன இச்சிறுகதைகள்.

20 வயதில் வீரகேசரி இதழில் வெளிவந்த ஒரு சிறுகதையின் மூலமாக தமிழ் எழுத்து உலகத்திற்குள் நுழைந்த தாமரைச்செல்வி 200க்கும் மேற்பட்ட சிறுகதைகள் 07 நாவல்கள் மூன்று குறு நாவல்கள் என்று ஏராளமாகப் பங்களித்திருக்கிறார். இன்றைக்கும் தொடர்ந்து எழுதி வருகிறார் என்பது பாராட்டுக்குரியது. ஆயினும் தமிழ்நாட்டு எல்லைக்குள் இவரது சிறுகதைகள் அதிகமாக விவாதிக்கப்பட்டதாகத் தெரியவில்லை. இச்சிறுகதைத் தொகுதியைத் தமிழ்நாட்டைச் சேர்ந்த 'எதிர் வெளியீடு' வெளியிடுவதின் மூலமாகத் தமிழ்நாட்டு வாசகர்கள் மேலும் நுணுகி வாசிப்பதற்கு வாய்ப்பு ஏற்படும் என்று நினைக்கிறேன். ஏற்கனவே 'வன்னியாச்சி' என 37 கதைகளைக் கொண்ட ஒரு பெருந்தொகை நூலைக் காலச்சுவடு வெளியிட்டுள்ளது.

'சின்னாசிக் கிழவனின் செங்காரிப் பசு' என்ற இச்சிறுகதைத் தொகுதியின் கதை சொல்லும் முறைகள் வாசகனை அன்னியோன்யமாகவும், எளிமையாகவும் அணுகும் அதே நேரத்தில் உள்முகமாகத் தொட்டுப் பேசுபவையாகவும் இருப்பது இச்சிறுகதைகளின் சிறப்பு.

இரவில் நிலா வெளிச்சத்தில் அமர்ந்துகொண்டு மடியில் படுத்திருக்கும் பிள்ளைக்குத் தன் வாழ்க்கைக் கதைகளை மனோலயப்படி சொல்லும் தொனியில் எளிமையாகப் பேசும் இச்சிறுகதைகள் பதைபதைக்கும் பல தருணங்களை மிக எளிமையாக நம்முடன் பகிர்ந்துகொண்டு விடுகின்றன.

சின்னாசிக் கிழவனின் தொலைந்து போன பசுவைத் தேடி அலையும் ஒரு எளிய விவசாயியின் பதட்டமும் இறுதியில் கன்று ஈன்று நிற்கும் பசுவைக் கண்ட பிறகு ஏற்படும் மனநிலையும் மிக நுட்பமாகக் கதையில் சொல்லப்பட்டிருக்கின்றன.

இவரது சிறுகதைகள் பல குறும்படங்களாக வெளிவந்துள்ளன. தமிழின் மிக முக்கியமான சினிமா இயக்குனரான 'முள்ளும் மலரும்' மகேந்திரன் 'இடைவெளி' என்ற இவருடைய கதையை '1996' எனக் குறும்படமாக மாற்றியுள்ளார். இன்னொரு கதையான 'பாதணி' ஜான் மகேந்திரனால் அதே பெயரில் குறும்படமாக்கப்பட்டுள்ளது. இவரது சிறுகதைகள் குறும்படங்களாக மாற்றப்படுவதற்குக் காரணம் இவரது கதை சொல்லுதலில் திரைப்படமாக எடுப்பதற்கு ஏற்ற விவரணைகள் எளிமையாக இடம் பெறுவது தான்.

இத்தொகுதியில் இருக்கும் சிறுகதைகள் ஆமி உள்நாட்டுச் சனங்களை சுற்றி வளைத்துப் பிடித்துக் கொண்டு போவது பற்றியும், கஞ்சி கொடுக்கும் கொட்டிலில் ஷெல் வந்து விழுவதைப் பற்றியும், வீதியில் செல்லும் ஆமிக்காரன் 'தண்ணி வேண்டும்' என்று கேட்கும் போது அதை எப்படி எதிர்கொள்வது என்று தெரியாமல் திகைக்கும் மனிதர்களைப் பற்றியும் மிகை நாடகத் தன்மை அற்று, தன் கதைகளில் பேசிச் செல்லும் போது மிக எளிதாக உணர்ச்சிகளைக் கடத்தி விடுகிறார்.

தாமரைச்செல்வியின் கதைகளைப் படித்துக் கொண்டு போகிறபோது ஈழத்தில் நிகழ்ந்த 25 ஆண்டுக் கால உள்நாட்டுப் போர் தனிமனித வாழ்க்கையை உருத்தெரியாமல் குலைத்துப் போட்டு விட்டதை, ஒரு உள் மனுஷியாக இருந்து கொண்டு பேசும் வலியை உணர முடிகிறது. போர்க்கால நெருக்கடிகள் ஒரு உள் மனிதனாக மட்டுமே

வாழ்ந்து கொண்டிருந்த தமிழனை அவனுக்குத் தொடர்பு இல்லாத ஒரு புதிய வாழ்க்கையை வாழ்ந்து கொண்டிருக்கும் ஒரு உலகத்தை நோக்கிக் கழுத்தைப் பிடித்துத் தள்ளி தமிழனை நவீனப்படுத்தி விடுவதை நாம் உணர முடிகிறது. தமிழனின் வாழ்க்கை நவீன மயப்படுத்தப்பட்டதால் அவனது இலக்கியப் படைப்புகளும் புதிய திசைகளை நோக்கி பயணப்படுபவையாக அமைய நேர்கிறது.

தாமரைச்செல்வியின் இந்த கதைகள் ஜெர்மன் மொழியிலோ, பிரஞ்சு மொழியிலோ, ஆங்கில மொழியிலோ, சீன மொழியிலோ மொழிபெயர்க்கப்படுமானால் அவை பிற நாட்டு இலக்கியங்கள் எத்தகைய மாற்றங்களை அடைந்தனவோ அத்தகைய மாற்றங்களை ஈழத்துத் தமிழ்ப் படைப்புகளும் அடைந்துள்ளன என்பதை உலகிற்குக் காட்டுவனவாக அமையும்.

தமிழில் படைப்பிலக்கியத்தின் புதிய எல்லைகளை புலம்பெயர் இலக்கியங்கள்தான் நிறுவப் போகின்றன என்று ஈழத்து முன்னோடி எழுத்தாளர் எஸ்.பொ அடிக்கடி என்னிடம் சொன்னது நினைவுக்கு வருகிறது.

ஈழத்து மண்ணில் பிறந்த ஒரு பெண் 50 ஆண்டு காலமாக தங்களது வாழ்க்கையில் ஏற்பட்ட பல்வேறு மாற்றங்களை கதைகளாக தொடர்ந்து சொல்லிக்கொண்டு வந்ததின் மூலமாக ஒரு மாபெரும் சமூகச் செயல்பாட்டில் ஈடுபட்டு இருக்கிறார்.

இச்சிறுகதைகளின் மூலமாக ஈழத்தின் விவசாய சமூகத்தில் பிறந்த ஒரு பெண்ணின் பார்வையில் தமிழ்ச் சமூகம் அடைந்து வரும் நவீன மாற்றங்கள் இலக்கியப் படைப்புகளாக ஆவணப்படுத்தப்படுகின்றன. இந்த வகையில் தாமரைச்செல்வி தனது சிறுகதைகள் மூலம் தமிழ் வாழ்வியல் குறித்த ஒரு இலக்கிய சாட்சியத்தை உருவாக்கி இருக்கிறார்.

ஈழத்து சமூக வாழ்க்கையிலும், தனிமனித வாழ்க்கையிலும் அரசியல் நெருக்கடிகளின் காரணமாக ஏற்படும் அந்தரங்க சவால்கள் மிக நுட்பமாகப் பதிவு செய்யப்பட்டிருக்கின்றன. இவை மானுட குலத்தின் மிக முக்கியமான ஆவணங்களாகத் திகழும் என்பதில் சந்தேகம் இல்லை.

அணிந்துரை

அகம் என்பதே எழுத்தானவர்

வன்னி மண்ணின் வற்றாத வளங்களில் ஒன்றென எழுத்தரசி தாமரைச்செல்வி அவர்களின் இலக்கியப் படைப்புகளைக் கூறலாம். தமது வாழ்நாளின் ஐம்பது ஆண்டுகளை இலக்கியத்திற்காக அர்ப்பணித்த பொன்விழா நாயகி இவர். இதனை முன்னிலைப்படுத்தி வெளிவரும், 'சின்னாசிக் கிழவனின் செங்காரிப் பசு' எனும் சிறுகதைத் தொகுப்பிற்கான அணிந்துரையை எழுதக் கிடைத்த சந்தர்ப்பமும் பொன்னானது.

எளிமையும் உண்மையும் மனிதாபிமானமும் நிறைந்த யதார்த்த எழுத்துகளே இவரது முத்திரை. பாத்திர வார்ப்புகள் எவரும் வாசகருக்கு அந்நியரோ மிகையாக வலிந்து திணிக்கப் பட்டவர்களோ அல்லர். மானுட மனதின் நிறைவான அம்சங்களை மட்டும் தன் எழுத்தில் கொண்டு வருவதை இலட்சியமாகவே கொண்டவர். இந்த நல்லியல்புகளை அவரால் எவ்வாறு தன் கதைகளில் கொண்டு வர முடிகிறது என வாசகருக்கு வியப்பு மேலிடல் இயல்பானது. அண்மையில் எழுத்தாளரது இலக்கிய வாழ்வின் ஐம்பதாவது ஆண்டு நிறைவு விழா உரையொன்றில், அவரது இல்லற இணையாகவும் இலக்கியத் துணையாகவும் பயணிக்கும் அன்புக் கணவர் திரு. சி.கந்தசாமி அவர்களின் வார்த்தைகள் இதற்கு சான்று பகரும்.

"தாமரைச்செல்வி வேறு, அவர் படைக்கும் இலக்கியம் வேறு அல்ல. அவருடைய வாழ்க்கைக்கும் எழுத்துக்கும் வேறுபாடு என்பதே இல்லை. எழுதுவதைப் போலதான் வாழ்வார். அவருடைய படைப்புகளின் அடிநாதமாக அமைந்த கருணை, கொடை என்பன பரம்பரை வழி கடத்தப்பட்டு இயல்பில் ஊறி நின்று, படைக்கும் இலக்கியத்திலும் முன்னிலை பெறுகிறது. ஐம்பது வருட இலக்கிய வாழ்வில், முப்பது வருடங்களைத் துயர் சூழ்ந்த யுத்தகாலத்தில் கழித்தவர். போர் சார்ந்த களமும், பாதிக்கப்பட்ட அடித்தட்டு மக்களின் பிரச்சனைகளை வெளிப்படுத்தும் பாத்திர வார்ப்புகளும் இவரது எழுத்தின் பெரும் பகுதியை ஆக்கிரமிக்கின்றன. விடாமுயற்சியும்

உறுதியும் மிக்கவரான தாமரைச்செல்வி வீடுதான் உலகம் என வாழும் சிறந்த குடும்பத் தலைவியும் ஆவார்."

மற்றுமோர் எழுத்தாளரான சார்ல்ஸ் குணநாயகம் அவர்கள் இவ்வாறு கூறுகிறார்.

"தமது சொந்த இடமான கிளிநொச்சி பரந்தன் குமரபுரம் ஈறாக வன்னிப் பிரதேசம் எங்கும், வறுமைக் கோட்டின் கீழ்வாழும் மக்களினதும், மாணவரினதும் மேம்பாட்டுக்காக, தமது மூன்றாவது தலைமுறையினரையும் இணைத்துக் கொண்டு தாமரைச்செல்வி அவர்களது குடும்பத்தினர் ஆற்றி வரும் சமூகநேய நற்பணிகள் அளப்பரியவை."

இவ்வாறான நல்லியல்புகளினால், யுத்தத்தில் பாதிப்படைந்த மனிதர்களின் துயரங்களை முப்பரிமாணத்தில் காணவைக்கும் எழுத்து வலிமையை தாமரைச்செல்வி அவர்கள் இயல்பாகவே கொண்டிருக்கிறார் என்பதை உணர முடியும். அகதிகளாய் இடம்பெயர்ந்தோர், புலம்பெயர்ந்தோர், கொலையுண்டோர், காணாமல் ஆக்கப்பட்டோர், உடல் ஊனமுற்றோர், உறவுகளை இழந்தோர், புனர்வாழ்வு பெற்ற போராளிகளின் வாழ்வியல் போராட்டங்கள் பற்றிய எண்ணிலடங்காத கதைகள் அவர் உள்ளத்தில் இருந்து பொங்கிப் பிரவாகித்துக் கொண்டே இருக்கின்றன. தமிழ் போராளி இயக்கங்கள் மேலான மென்கோணமும் அவரது படைப்புகளில் சிற்றொளிக் கீற்றுகளாக பிரகாசிப்பதை இனம் காணலாம்.

இவ்விடத்தில், நவீன இலக்கியவாதிகளால் ஒரு எதிர்க்கருத்து முன்வைக்கப் படலாம். ஈழத்து எழுத்தாளர்கள் யுத்த அவலங்களையே தொடர்ந்து எழுதுவதைத் தவிர்த்து, இதன் பின்விளைவுகளான புலம்பெயர்வு மற்றும் கலாசார எதிர் கொள்ளல்கள் முதலான பன்முக ரசனை தரும் கதைகளைப் படைக்கலாமே என்பதாக.

ஆனால், யுத்தகளத்தில் வாழ்ந்து அதன் அவலங்களின் நேரடி சாட்சியான ஒருவரின் மனதில் அந்த வடு தரும் வலியை அகற்றுவது சிரமம். அத்துடன் அந்த துன்பியல் வரலாற்றை, இனிவரும் சமூகம் தமது நினைவுப் புலத்தில் இருந்து அழித்து விடவோ பேரினவாதம் மறைத்து விடவோ கூடாது என்பது அவரது எழுத்துகளை நியாயப் படுத்தும் வலுவான காரணி. மறப்பதில் வல்லவர்கள் நாம். இலக்கியப் பாய்ச்சல்கள் என்ற பெயரில் சாதாரண வாசகருக்கு

அந்நியமாகாமல், இவரின் படைப்புகள் மெய்யுறு புனைவுகளாகவே தொடரட்டும்.

இன்று புலம்பெயர்ந்து அவுஸ்திரேலியாவில் வாழும் தாமரைச்செல்வி அவர்கள், இத்தொகுப்பில் அவுஸ்திரேலியா லண்டன் முதலான நாடுகளைக் களமாகக் கொண்ட சில கதைகளையும் இணைத்திருக்கிறார். 'பாதிக்கப் பட்டவர்களுக்கு உதவுதல்' என்பது முக்கிய கருப் பொருளாக அங்கும் நிலை கொள்கிறது. அதேசமயம் புலம்பெயர்ந்தாலும், சம்பிரதாய வேலிகளைக் கடக்காத நம்மவர்களின் மனநிலையினைச் சாடும் சில கதைகளில், ஆண்பெண் உறவில் சிக்கலான அக உணர்வுகளை வெளிக்காட்டும் தன்மையுடைய கதைமாந்தரினையும் நம்முன் உலவ விடுகிறார்.

இவரது எழுத்து தரும் பயன் என்ன என்பதை ஆழ்ந்து நோக்கினால், தான் பிறந்து வளர்ந்த மண்ணினதும் மக்களினதும் சரித்திரத்தை எதிர்காலத்திற்காகவும் சர்வதேசத்திற்காகவும் ஆவணமாக்குவது முதன்மைக் காரணியாக அமையும். வன்னி மண்ணில் காடாக இருந்த கிளிநொச்சி பரந்தன் குமரபுரம் பிரதேசங்களை, பசுமை மிகுந்த நெல்வயல்களாக மாற்றிய விவசாயப் பரம்பரையின் பாரம்பரியத்தை, இலக்கியத்தின் மூலம் வெளிக் கொண்டு வந்தவர். பல தசாப்தங்களாக தொடர்ந்த யுத்தசூழலையும் பேரழிவுகளையும் தன் எழுத்தினூடாக தரிசிக்க வைத்தவர். தாம் வாழ்ந்த மண்ணின் பசுமையைப் பறி கொடுத்தவர்களை, பச்சை வயலின் கனவுகளைக் காண வைத்தவர்.

போர்ச்சூழல் ஒன்றின் பக்க அதிர்வுகளான புலம்பெயர்வின் நடைமுறைச் சிக்கல்களை உணர வைத்தவர். அகதியாய் கடலில் செல்லாதவர்களுக்கு உயிரின் வாசத்தை நுகர வைத்தவர். புலம்பெயர்ந்து வாழ்வோர் தமது உறவுகளுக்கு எவ்வாறு உதவலாம் என்னும் வழி கூறியதுடன், அருட்டுணர்வும் அறவிழுமியங்களும் பெற வைத்தவர். வறுமை நிலையில் உள்ளோரும், மற்றவருக்கு உதவும் செவ்விய மனம் பெறலாம் என அறிய வைத்தவர்.

வென்றாலும் தோற்றாலும் இத்தனைக்கும் ஊடாகப் பயணிக்கும் கண்ணியமான காதல் உணர்வையும், பிரிந்துழல்வின் வலியினையும் புரிய வைத்தவர். இயல்பாக உரையாடும் கதைமாந்தர் மூலமாக பிரதேச வழக்கினை நிலைநிறுத்தியவர். கருவையும், களத்தையும், கதைமாந்தரையும் தனது படைப்பு மொழியினால் நிஜமாக்கி வாசகரை எழுத்தால் ஈர்த்துக் கொண்டவர். சுருங்கக் கூறின்

உணர்வுகளால் உருவாக்கப்பட்ட மானுடத்தின் திறப்பே இவரது இலக்கியப் படைப்புகளில் நிலைகொள்கிறது எனக் கூறலாம்.

பதினைந்து கதைகளைக் கொண்டிருக்கும் இத்தொகுப்பின் சில கதைகள், வறுமையின் பெருந்துயர் சூழ்ந்திருக்கும் நிலையிலும் மற்றவரின் வலியறிந்து உதவும் பெரும் மானுடப் பண்பினைக் கூறி நிற்கின்றன. 'சின்னாசிக் கிழவனின் செங்காரிப் பசு' 'இருட்டின் நிறம் வெள்ளை' 'வாழ்தல் என்பது' ஆகியன. யுத்தத்தில் பெற்றோரைப் பறிகொடுத்து வாழும் பேரப்பிள்ளைகளை வளர்க்கப் பாடுபடும் வறுமைநிலை கொண்ட சின்னாசிக் கிழவனும், வன்புணர்வுக்கு உள்ளாகிக் கொலைசெய்யப்பட்ட சகோதரியையும் ஏனைய குடும்பத்தவரையும் இழந்து கொடும் நினைவுகளோடு வாழும் கண்தெரியாத இளைஞனும், இலங்கையில் எரிபொருள் தட்டுப்பாடு உச்சம் பெற்றிருந்த போது தன்துன்பம் மறந்து சகதொழிலாளிக்கு உதவும் ஆட்டோ ஓட்டுனரும் பெருநேசத்துக்கு உரியவர்கள்.

சமூகத்தின் அந்தஸ்து பேதங்களால் பிரிந்த காதலர்களது வலி கூறும் கதைகள் இரண்டு. காதல் தோல்வியுற்ற பின் நேசித்தவர்களின் அவல நிலையினை அறிய நேராதிருப்பதும் ஒரு வரமெனவே நினைத்துக் கலங்க வைக்கும் எழுத்து. சில கதைகள் யுத்தத்தின் பாதிப்புகளால் பிரிந்து வாழும் தம்பதிகளின் வலிகளையும், அதனால் இல்லறம் சந்திக்கும் போராட்டங்களையும் கூறுகின்றன.

புலம் பெயரும் நம்மவர்கள் பலர் தமது தாயகத்தின் கலாசார வேலிகளை இறுகப்பற்றி வாழ்வதால், அடுத்த தலைமுறையினர் எதிர்கொள்ளும் மனச் சிக்கல்களைக் கூறுவது 'எதிர்பார்ப்பு' என்னும் கதை. திருமண பந்தத்தில் ஒரு ஆணின் எதிர்பார்ப்புகளுக்கு அமைய, பெண்ணானவள் தன் இயல்புகளை மாற்றிக் கொள்ளுதல் அவசியம்தானா என்றோர் கேள்வி இங்கு எழுப்பப் படுகிறது.

மணவாழ்வில் ஒரு ஆணும் பெண்ணும் புரிந்துணர்வின் அடிப்படையில் இணைந்த பின், வாழ்தலும் பிரிதலும் அவரவர் உரிமை சார்ந்தது. ஆனால் எந்த நிலையிலும் திருமண பந்தத்தால் தோன்றிய குழந்தையின் மனம் சிதைக்கப்படுதல் கூடாது எனும் கருப்பொருளைக் கூறுவது 'மழை வரும் காலம்' இக்கதையில் தாய்மையும் உண்மையும் நிறைந்த ஆணின் மனம் வெளிக்காட்டப்படுவது மனதுக்கு இதமானது. உதாரணமானது.

குரல் உயர்த்தல் இன்றியும், அதி மேதாவித்தனமான ஆணாதிக்கம் இன்றும் தொடர்வதை ‘மௌனயுத்தம்’ கூறுகிறது. மனித மனச் சிக்கல்களை நூலிழை பிரிப்பது போன்ற நுட்பத்துடன் எழுதப்பட்ட இக்கதையில், பிரிந்து சென்று மீண்டும் வீடு திரும்பும் மனைவியை ‘வாரும்’ என கணவன் அழைக்கும் ஒரு சொல்லில், பெண்ணின் துணையின்றி வாழ முடியாத ஆணாதிக்கக் கோட்டையின் சரிவினையும் தெளிவாக வெளிப்படுத்தி உள்ளார்.

‘காணாமல் ஆக்கப்பட்டோர்’ என்ற சொல்லின் உள்ளிருக்கும் வலிகளும் உணர்வுப் போராட்டங்களும், சிக்கலான வடிவம் பெற்று வந்த கதை ‘யாரொடு நோவோம்?’

விதவையா சுமங்கலியா என்னும் இரட்டை மனவாழ்வினைப் பெண்கள் அனுபவித்தல் கொடுமை. ஆண் துணையின்றி குழந்தைகளுடன் வாழும் பெண்ணுக்குரிய பெரும் சிக்கல்களாவன , பாதுகாப்பும் பொருளாதாரமும். இந்நிலையில் இன்னொரு ஆணைத் திருமணம் செய்த பெண், காணாமல் ஆக்கப்பட்ட கணவன் மீண்டு வந்தால் என்ன செய்ய வேண்டும்?

ஏற்றுக் கொள்ளக் கூடிய, மிகச் சாமர்த்தியமான நகர்வினைக் கொண்ட இக்கதை போரின் அவலங்களை மட்டுமன்றி மனிதாபிமானத்தின் பல கோணங்களையும் இனங்காட்டி நிற்கின்றது. அப்பெண்ணின் மனக்குரலாக வெளிப்படும் கீழ்காணும் வசனங்கள், படைப்பாளியானவர் கதைநாயகியின் மனநிலையைத் தனதாகவே உணர்ந்திருப்பதைக் கூறுகிறது.

‘அவன் எதிர் பார்க்கிறானோ ஓடி வந்து கட்டிப் பிடித்து அழுவேன் என்று...’

‘மனம் நிம்மதியாய் இருந்தது. ஆனாலும் ஏனோ கத்தி அழ வேண்டும் போலவும் இருந்தது’

மிகுந்த மன இறுக்கத்தையும் உருக்கத்தையும் ஒருங்கே தரவல்ல இக்கட்டானதோர் சூழ்நிலையினை, இவ்வசனங்கள் வாசகர் மனதிலும் சொற்சித்திரமாக வரைந்தன என்பது நிஜம்.

ஆனால், இக்கதை வேறோர் சாத்தியமான கோணத்தில் சில கேள்விகளை மனதில் எழுப்பியது. மறு திருமணம் செய்த ஒரு ஆண், காணாமல் ஆக்கப்பட்ட மனைவி மீண்டு வந்தால் இருவரையும் ஏற்றுக் கொண்டு வாழுதலை நம் சமூகம் நியாயம்

செய்யும். ஒரு பெண் அவ்வாறு வாழ்வதை மகாபாரதம் படித்த எமது சமூகம் ஏற்றுக் கொள்ளுமா?

இவ்வாறான வினாக்களையும் விடைகளையும் ஒருங்கே தரவல்ல எழுத்து வல்லபம் கொண்டவரான தாமரைச்செல்வி அவர்களின் இச்சிறுகதைத் தொகுப்பும் அதற்கொரு சான்றாக அமையும்.

தமிழ் இலக்கிய வரலாற்றுக்கு மென்மேலும் அணி சேர்க்க, அவர்தம் வாழ்வில் நலமும் வளமும் சிறந்தோங்க வேண்டும் என்பது அனைவரினதும் பெருவிருப்பாகும். நிறைவான வாசிப்பு அனுபவங்களைத் தொடர்ந்து தரும் வன்னியின் சாதனை நாயகிக்கு இனிய வாழ்த்துகள்.

ரஞ்ஜனி சுப்ரமணியம்
கொழும்பு

என்னுரை

சொல்வதற்கு சில வார்த்தைகள்

ஐம்பது வருடங்களுக்கு முன்பு இலங்கை வானொலி நிகழ்ச்சிகளுக்கு முதல் சிறுகதை எழுதியதிலிருந்து என் எழுத்துப் பயணம் ஆரம்பமாகியது. அடுத்த வருடமே பத்திரிகைகள் சஞ்சிகைகளுக்கும் எழுதத் தொடங்கினேன். வீரகேசரி பத்திரிகையில் ஒரு கோபுரம் சரிகிறது எனும் சிறுகதை முதலாவதாக பிரசுரமானது. அந்த நேரம் வாசிப்பின் மீதான ஆர்வமும் சூழல் தந்த பாதிப்பும் என்னை எழுத வைத்திருக்க வேண்டும் என்றே நம்புகிறேன். அன்றிலிருந்து இன்று வரை தொடர்ச்சியான எழுத்துப் பயணம். வாசிப்பின் மீதும் எழுத்தின் மீதும் உள்ள பெருவிருப்பே ஐம்பது வருடங்கள் வரை என்னைக் கைப்பிடித்து அழைத்து வந்திருக்கிறது.

முதல் சில வருட எழுத்தில் சமூகத்தில் உள்ள ஏற்றத்தாழ்வுகள், பெண்கள் எதிர் கொள்ளும் பிரச்சனைகள், வாழ்வுக்கான போராட்டங்கள் என்று இவைகளே பேசுபொருளாக இருந்தன. அடுத்து வந்த முப்பது வருடங்கள் போர்க்கால வாழ்வு. அந்த வாழ்வு வீடு வாசல் விட்டு எங்களை ஓட வைத்தது. ஏதிலிகளாக அலைய வைத்தது. அப்படி அலைந்து திரிந்த மக்களோடு ஒருத்தியாக வாழ்ந்ததனால் ஏற்பட்ட அனுபவங்கள் என் எழுத்துக்களாய் வெளி வந்தன. அதற்குப் பின்னரான காலங்கள் அந்த போர்க்கால வாழ்வின் பின் எஞ்சியிருக்கும்பின் விளைவுகள் பற்றிய எழுத்துக்களாய் அமைந்தன. எல்லாவற்றிற்கும் அடிநாதமாய், பேசுபொருளாய் இருந்தவை ஒவ்வொரு சூழலிலும் மனிதர்களுக்கு ஏற்படுகின்ற வலிகளும் வேதனைகளுமே. நாம் கடந்து வந்த காலத்தின் பதிவுகளாகவே எனது எழுத்துக்களும் இருந்திருக்கின்றன.

'சின்னாசிக் கிழவனின் செங்காரிப் பசு' என்னும் இச்சிறுகதைத் தொகுப்பில் பதினைந்து கதைகள் இடம் பெற்றிருக்கின்றன. 2009ஆம் ஆண்டுக்குப் பின்னர் எழுதிய கதைகளிலிருந்து தேர்ந்தெடுக்கப்பட்ட கதைகள் இவை. போர் முடிவுற்ற பின்னாலும் அது தந்த வலியும் ரணமும் மனிதர்களுக்கு ஆறமாட்டாத நிலையைத்தான் தந்திருக்கிறது. வாழ்வுக்கான அவர்களின் போராட்டம் இன்னமும்

தொடரவே செய்கிறது. எல்லாவற்றையும் கடந்து வந்துவிட்டாலும் ஏதோ ஒரு சந்தர்ப்பத்தில் போர் தந்த இழப்புக்களும் துயரங்களும் நினைவில் வந்து அலைக்கழித்துக்கொண்டேதான் இருக்கிறது. தனக்கு நிகழாவிட்டாலும் அடுத்தவர் இழப்பின் துயர் பார்த்து மனம் வருந்தத்தான் செய்கிறது. மறுபடி முதல் புள்ளியிலிருந்து ஆரம்பிக்கவேண்டிய வாழ்வை எந்த விதத்தில் மனிதர்கள் எதிர் கொள்கிறார்கள் என்பதையே சமகால எழுத்தாக பார்க்க முடிகிறது. தாயக மண்ணில் மட்டுமல்ல புலம்பெயர் தேசத்தில் உள்ளவர்கள் கூட இந்த உணர்விலிருந்து விடுபட முடியாதவர்களாகவே இருக்கிறார்கள். அங்கும் இங்குமாய் இருப்பவர்களின் மனநிலையைப் பேசும் கதைகளாகவே இவற்றை நான் பார்க்கிறேன்.

இச்சிறுகதைகளை தொகுப்பாக்கும் முயற்சியில் முன் நின்று செயற்பட்டவர் கருணாகரன். என்னுடைய ஒவ்வொரு நூல் வெளியீட்டிலும் அவரது பங்களிப்பு இருந்திருக்கிறது. இத்தொகுப்பு வெளிவரக் காரணமாய் இருந்த அவருக்கு என் நன்றியை சொல்லிக் கொள்கிறேன். முன்னுரை, அணிந்துரை எழுதித் தந்த எழுத்தாளர் இந்திரன் அவர்களுக்கும், எழுத்தாளர் ரஞ்ஜனி சுப்பிரமணியம் அவர்களுக்கும் பின் அட்டையில் தங்கள் கருத்தைப் பதிவு செய்த எழுத்தாளர்களான தாட்சாயணி, ஆதிலட்சுமி சிவகுமார் ஆகியோருக்கும் என் நன்றிகள் உரித்தாகும்.

நான் எழுத ஆரம்பித்து இந்த வருடத்துடன் ஐம்பது வருடங்கள் நிறைவு பெறுகிறது. அதை நினைவு கூரும் வகையில் ‘சின்னாசிக் கிழவனின் செங்காரிப் பசு’ எனும் இச்சிறுகதைத் தொகுப்பு வெளிவருகிறது. இந்நூல் வெளிவரும் இந்நேரத்தை பெரு மகிழ்வுக்குரிய தருணமாக நான் உணர்கிறேன்.

இந்நூலை அழகிய முறையில் அச்சிட்டு வெளியிட்ட எதிர் வெளியீட்டினருக்கு என் மனப்பூர்வமான நன்றியைத் தெரிவித்துக் கொள்கிறேன்.

நன்றி.

வணக்கம்.

தாமரைச்செல்வி
அவுஸ்திரேலியா
15.11.2023

யாரொடு நோவோம்

இருட்டு அவளை எங்கோ ஒரு பாதாளத்துக்கு இழுத்துச் சென்றது. இப்படி ஒரு இருட்டு வந்து தன்னைச் சூழ்ந்து கொள்ளும் என்று வேணி கனவு கூடக் கண்டதில்லை. இருட்டுத்தானா... அல்லது கண்ணை மூடியதால் இருட்டாய்த் தெரிகிறதா...

இல்லை... இல்லை... கண்ணை விழித்துப் பார்த்தாலும் இருட்டாய்த் தான் இருக்கிறது.

ஐயோ... ஐயோ... என்று மனம் பதகளிப்படுகிறது.

வலக்கையை ஊன்றி எழுந்து அமர்ந்து சுற்றும் முற்றும் பார்த்தாள். விளக்கு அணைந்து போயிருந்தது. மறுபடி அதைக் கொளுத்தி வைக்கத் தோன்றவில்லை. ஓயாமல் அழுததால் முகமெல்லாம் பிசு பிசு என்று ஈரமாய் இருந்தது. வலக்கையால் முகத்தைத் துடைத்தாள். இடது கை முழங்கையுடன் துண்டிக்கப்பட்டிருந்தது. கையில் ஒரு வாரமாய் அதிக வலி இருக்கிறது. வேதனை தாங்க முடியாமல் ஆஸ்பத்திரிக்குப் போனால்,

"எலும்புக்குள் சன்னம் செருகிக்கொண்டு இருக்கு. ஒப்பிரேஷன் செய்து எடுக்க ஏலாத நிலமை. அதாலதான் நோ இருக்கு."

என்று ஒவ்வொரு தடவையும் வலி குறைவதற்கு பனடீன் அல்லது பனடோலைக் கொடுத்து விடுவார்கள். அதைக் குடித்தாலும் நோ என்னவோ அப்ப அப்ப வந்து போய்க் கொண்டுதான் இருக்கும். அந்த வலிக்கு மேலாக இப்போது புதிதாய் வந்திருக்கும் மரணவலி."

இப்போது நேரமும் சாமம் கடந்திருக்கும். நேற்று பொழுது படும் நேரம் அந்தச் செய்தியை குணத்தான் வந்து சொன்ன நேரத்திலிருந்து அதிர்ந்த மனது அதிர்ந்தபடியே இருக்கிறது.

“என்னடா சொல்லுறாய்” என்று கேட்ட குரல் அவள் காதுக்கே கேட்கவில்லை.

“ஓமக்கா. கருவாடு கட்ட மன்னாருக்கு போனனான்தானே. அங்கதான் செல்வராசண்ணையைக் கண்டனான். நாளைக்கு சனிக்கிழமை காலமை இங்க வாறாராம்.”

நேரில கண்டனிதானே... என்று கேட்டு நிச்சயப்படுத்திக் கொள்ளக் கூட குரல் ஒத்துழைக்கவில்லை.

என்ர முருகா... நான் என்ன செய்வன்...

பழைய துவாயால் முகத்தை மூடிக்கொண்டு அழுதாள்.

சாணகம் மெழுகிய மண் தரையில் பழைய பாயில் படுத்திருந்த பிள்ளைகளைப் பார்த்துப் பார்த்து அழுதாள்.

கடவுளே... நாளைக்கு அவன் வந்து முன்னால் நிற்கும் போது எந்த முகத்தோடு அவனைப் பார்ப்பது... அதை விடச் செத்துப்போகலாம் போல் தோன்றியது.

நான் திரும்ப வராமல் அப்பிடியே செத்துப் போயிருப்பன் எண்டு நினைச்சு இன்னொரு கலியாணம் கட்டினனியா... என்று கேட்டால் என்ன மறுமொழி சொல்வது...

ச்சீ... என்ன கேவலப்பட்ட வாழ்க்கை இது...

இப்போது இருட்டு கண்களுக்குப் பழகிப் போனதில் குடிசைக் கதவு கொஞ்சம் திறந்திருப்பதையும் அதன் மூலம் சிறிது வெளிச்சம் வருவதையும் பார்க்க முடிந்தது.

திரவியம் படுக்கையில் இல்லாதது தெரிந்தது.

“பக்” கென்றது மனம். எங்கே போயிருப்பான்...

குணத்தான் இவனுக்கும் முன்னால்தான் செல்வராசா வர இருப்பதைச் சொன்னான். அதிலிருந்து இவன் முகம் இருண்டு போய்க் கிடக்கிறது. ஒரு வார்த்தை சொல்லவில்லை. இரவு சாப்பிடவும் இல்லை.

அவளுக்குப் பயமாக இருந்தது. வாசல் கதவினூடாக எட்டிப் பார்த்தாள். வெளித்திண்ணையில் மரக்கப்போடு சாய்ந்து அமர்ந்து வானத்தையும் முற்றத்து தென்னைமர உச்சியையும் பார்த்துக் கொண்டிருந்தான். அவள் மறுபடி அரைச்சுவரோடு சாய்ந்து அமர்ந்து அழத்தொடங்கினாள். எத்தனையோ அவலப்பட்டு துன்பப்பட்டு இடம்பெயர்ந்து ஓடாத ஓட்டமெல்லாம் ஓடி மறுபடி இங்கு வந்து இந்த நிலையிலா நிற்கவேண்டும்...

பிறந்தநாளிலிருந்து துன்பம்தான்... குடிசை வாழ்க்கைதான்... கூலி வேலைதான்...

ஐயா அம்மாவோடு அவளும் இளவயதிலேயே வயலுக்கு புல்லு பிடுங்க போகத்தொடங்கியவள். அந்த நாட்களில் அரை வயிறுக்காவது சோறு சாப்பிட முடிந்தது. வேலைக்குப் போகாத நேரங்களில் இரண்டு தம்பிகளையும் பார்த்துக்கொண்டு வீட்டில் இருப்பாள். ஊரில் இருப்பவர்களுக்கு மா இடித்துக் கொடுப்பாள். எட்டாவது வகுப்புடன் படிப்பையும் நிறுத்திக்கொண்டாள்.

மருதப்பு விதானையாரின் வயல் காணியின் ஓரத்து மேட்டு நிலத்தில் குடிசை போட்டு இருந்தார்கள். ஐயாதான் விதானையாரின் வயல்களையும் பார்த்துக்கொண்டிருந்தார். விதானையாரின் வயலுக்கு உரம் போட, சூடடிக்க என்று வந்த செல்வராசாவைக் கண்டு விரும்பி இருபத்திநாலு வயதில் அவனோடு ஓடிப்போய் இன்னொரு குடிசை வாழ்க்கை.

காசு பணம் வசதி என்று இல்லையே தவிர செல்வராசா என்னவோ நல்லவன்தான். எப்போதாவது குடிப்பான். கொஞ்சம் சண்டையும் போடுவான். ஆனாலும் அவளோடும் குழந்தை மதியோடும் அன்பாய்த்தான் இருந்தான். சண்டை நேரங்களின் போது வெடிச் சத்தங்களின் அதிர்வு தாங்காமல் இடம் பெயர்ந்து ஓடிப்போவதும் தூர இருந்து விட்டு திரும்பி வருவதுமாக நாட்கள் போயின. இரண்டு தம்பிகளும் வீட்டில் இல்லை. ஒரு தம்பியை பெட்டிக்குள் வைத்துக் கொண்டுவந்து தந்தார்கள். மற்றவன் எங்கே என்று இன்று வரை தெரியாது.

அன்று நொந்து தளர்ந்து போயிருந்த ஐயா அம்மாவை அழைத்துக்கொண்டு ஒரு வயது மதியுடன் நீண்ட ஒரு இடப்பெயர்வு... பரந்தனில் இருந்து விசுவமடு, சுதந்திரபுரம், புதுக்குடியிருப்பு, மாத்தளன், முள்ளிவாய்க்கால் என்று அலைந்த நாட்கள். அப்போதெல்லாம் சாப்பிடவும் வழியில்லாமல் பட்டினி

கிடந்த நாட்கள்தான் அதிகம். ஒரு வாய் கஞ்சி குடிக்க பட்ட அவலம். பசியில் அழும் மதியைப் பார்த்து மனம் கலங்கிய நாட்கள் அவை. முள்ளிவாய்க்காலின் கடைசி நாட்கள்.

இடைவிடாமல் அதிர்ந்து கொண்டிருந்த சத்தங்கள்... காற்றில் பரவியிருந்த வெடி மருந்தின் வாசனை... அலை மோதிக் கொண்டிருந்த சனங்கள்.

"குழந்தையளுக்கும் வயதான ஆட்களுக்கும் கஞ்சி குடுக்கினமாம். வாங்கி வாறன்."

என்று சொல்லி செல்வராசா போனான். அன்று முழுக்க அவன் திரும்பவில்லை. இரண்டு நாட்களாகியும் வரவில்லை. கலக்கம் பிடித்துக் கொண்டது.

"ஆமி ஒவ்வொரு பக்கமாய் உள்ளட்டு சனத்தை சுத்தி வளைச்சுப் பிடிச்சுக்கொண்டு போகுதாம்" என்று சனங்கள் ஆளுக்காள் கதைத்தபோது அடி வயிறு கலங்கியது. என்ன செய்வது என்று தெரியவில்லை. அப்போது பக்கத்து கொட்டில் ஐயா வேர்க்க விறு விறுக்க வந்து சொன்னார்.

"முந்தாநாள் கஞ்சி குடுக்கிற கொட்டிலில ஷெல் வந்து சனத்துக்குள்ள விழுந்து வெடிச்சதாம். அதில நிண்ட சனங்களில பத்துப் பேருக்கு மேல செத்துப் போச்சுதுகளாம். சனம் சிதறி ஓட காயப்பட்ட சனங்கள் ரெண்டு நாளாய் அதிலயே கிடந்ததுகளாம். செல்வராசாவுக்கும் என்ன நடந்ததோ தெரியாது பிள்ளை... தப்பியிருந்தால் இந்நேரத்துக்கு வந்திருக்கும்தானே."

ஐயோ என்று தலையில் அடித்துக் கொண்டு அழுதாள்.

அதே நேரம் வந்து விழுந்த ஷெல்லில் தூக்கி எறியப்பட்டு மயங்கி விழுந்தவள்தான்... கண் திறந்தபோது வவுனியா ஆஸ்பத்திரியில் கிடந்தாள்.

செல்வராசா வந்தானா இல்லையா... ஐயா, அம்மா, மதிக்குட்டி... கடவுளே... அவர்களுக்கு என்ன நடந்ததோ...

ஒரு மாதம் எதுவும் தெரியாமல் அழுது கரைந்தாள். அதன் பின் இடது கை முழங்கையுடன் துண்டிக்கப்பட்ட நிலையில் செட்டிகுளம் முகாமில் கொண்டு வந்து விடப்பட்டாள். அங்கே ஒருவாறு தேடி அம்மாவையும் மதியையும் கண்டாள். ஷெல் விழுந்த அந்த இடத்திலேயே ஐயா இறந்து போனதாய்

அம்மா சொல்லி அழுதாள். அம்மா மதியைத் தூக்கிக் கொண்டு சனத்தோடு சேர்ந்து இராணுவக்கட்டுப்பாட்டு பிரதேசத்துக்குள் வந்திருக்கிறாள்.

கஷ்டம் அத்துடன் தீரவில்லை. திரும்பத் திரும்ப காய்ச்சல் வந்ததில் முகாமுக்கு வந்த ஆறு மாதத்தில் அம்மாவும் இறந்து போனாள். உலகில் தானும் மதியும் அநாதரவாய் நிற்பதை உணர்ந்தபோது அழக்கூட சக்தியற்றவளானாள். முகாமின் முள்ளுக் கம்பிகளுக்குள் அடைபட்டுக் கிடந்த ஆரம்ப நாட்களில் செல்வராசாவைப் பற்றி விசாரிக்கக்கூட முடியாதிருந்தது. அதன் பிறகு மதியையும் தூக்கிக் கொண்டு ஒவ்வொரு இடமாக விசாரித்துக் கொண்டு அலைந்தாள். எந்த தகவலும் கிடைக்கவில்லை.

"அண்டைக்கு கஞ்சி குடுத்த இடத்தில செல்வராசண்ணையோட எங்கட அண்ணையும் நிண்டவர். ஷெல் விழத்தொடங்க திக்குத்திசை தெரியாமல் ஓடினதில கொஞ்சப்பேர் ஆமியின்ர பக்கம் ஓடினவையாம். பத்துப் பதினைஞ்சு பேரை ஆமி வாகனத்தில ஏத்திக் கூட்டிக்கொண்டு போனவங்களாம். போய் பத்து நிமிசத்தில வெடிச்சத்தங்கள் கேட்டதாம். ஆமி சுட்டுப்போட்டாங்கள் போல இருக்கு எண்டு சொல்லுகினம். அதுக்கதான் எங்கட அண்ணையும் செல்வராசண்ணையும் அம்பிட்டிருக்கவேணும். அம்மா வீட்டில ஒரே அழுகை..."

பக்கத்து வீட்டு இந்திரன் வந்து கவலையோடு சொன்னான்.

இது உண்மையாய் இருக்குமோ என்று நினைத்தாலே மனம் நடுங்கியது. இந்த நினைப்பே இரவுத் தூக்கத்தையும் விழுங்கிக் கொண்டது. ஒரு வாய் சோற்றை உண்ண முடியாமல் தவித்தாள்.

முகாம் வாழ்க்கை முடிவுக்கு வர மீள் குடியேற்றம் என்று திரும்ப ஊருக்கு வந்தார்கள். குடிசை இருந்த அடையாளமும் இல்லாமல் அழிந்து போயிருந்தது.

"பழையபடி இதே காணிக்குள் குடிசை போட்டு இருந்து கொள்" என்று விதானையார் சொன்னார். குணத்தானும் இந்திரனும்தான் வந்து குடிசை போட்டுக் கொடுத்தார்கள். அதுவரை பாதி இடிந்து போயிருந்த தங்கள் வீட்டின் ஒரு ஓரத்தில் அவளும் மதியும் தங்கியிருக்க இந்திரனின் அம்மா அனுமதி தந்தாள். பத்து நாட்களில் குடிசை போடப்பட்டதும் தன் குழந்தையுடன் இருக்க வந்தாள். தனியே குழந்தையுடன் குடிசையில் இருக்கவும் பயமாக

இருந்தது. வீதியில் போகும் ஆமிக்காரன் வந்து தண்ணி வேணும் என்று கேட்டபோது பயம் வந்தது. தெருவில் நாலுபேர் சேர்ந்து நின்று கதைக்கும் குரல் கேட்டால் கூட நடுக்கம் ஏற்பட்டது.

அடுத்தவேளை சாப்பாட்டுக்கு வழியில்லை. முன்பு போல் புல்லுப்பிடுங்கவோ மா இடிக்கவோ போக முடியவில்லை. ஒற்றைக் கையால் என்ன வேலை செய்ய முடியும்.

காதுத் தோடு விற்று செல்வராசாவைத் தேடி அலைந்தாள். இடம் இடமாக தேடி அலையும் போது இந்திரனின் தாய் தகப்பன் தங்களோடு அவளையும் கூட்டிப் போவார்கள். தங்கள் மகனோடு செல்வராசாவையும் தேடிப் பார்த்தார்கள். செஞ்சிலுவைச்சங்கத்தில் முறைப்பாடு கொடுத்தார்கள். காணாமல் போனோரின் பெற்றோர்கள், உறவுகள் செய்யும் அத்தனை ஆர்ப்பாட்டங்களிலும் அவளும் மதியோடு கலந்து கொண்டாள்.

இப்படியே நாலு வருஷங்கள் கடந்தன. கண்ணைக்கட்டி காட்டில் விட்டது போல் இருந்தது. ஆமி கூட்டிக்கொண்டு போய்ச் சுட்டிருக்கவேண்டும் என்று இந்திரன் சொன்னது உண்மையாய் இருக்கவேண்டும் என்றே நினைக்கத் தோன்றியது.

கடவுளே... என்ன செய்யப்போகிறேன்... எப்படி இந்தப் பிள்ளையை வளர்க்கப் போகிறேன்... என்று மனம் பதகளித்துக் கொண்டேயிருந்தது.

சொந்தக் காணி இல்லாததால் வீட்டுத்திட்டமும் அவளுக்குக் கிடைக்கவில்லை. விதானையார் அரச பொறுப்பில் இருந்தவர்களுடன் கதைத்துப் பார்த்தும் சரிவரவில்லை. சொந்தக்காணி இது என்று உறுதிப்படுத்தினால்தான் வீட்டுத்திட்டம் கிடைக்கும் என்று அதிகாரிகள் சொல்லிவிட்டார்கள். இனி கடைசிவரை இந்த குடிசை வாழ்க்கைதான்.

ஊருக்குள் இருக்கும் குடும்பங்களில் உள்ள பிள்ளைகள் வெளிநாடுகளிலிருந்து வந்தால் அவளுக்கும் ஐந்தோ பத்தோ கொடுப்பார்கள். விதானையார் ஆட்களோடு கதைத்து அவளுக்கு அவ்வப்போது ஏதும் உதவி கிடைக்கச் செய்வார். மலர் ரீச்சரின் மகள் ஜேர்மனியிலிருந்து வந்தபோது இரண்டு ஆட்டுக்குட்டிகள் வாங்கி வளர்க்கக் கொடுத்தாள். இந்த உதவிகளினால்தான் அரை வயிற்றையேனும் நிரப்ப முடிந்தது.

இந்திரன் அம்மாவுக்கு முன்பு மா இடித்துக் கொடுத்தாலோ, வேறு வேலை செய்து கொடுத்தாலோ தாராளமாய் காசு, அரிசி, தேங்காய் தந்து உதவுவாள். இப்போது பெரும் அளவில் அரிசி இடிக்க ஏலாது. எப்போதாவது தோசைக்கு இட்டலிக்கு போட்டிருக்கிறன். வந்து ரெண்டு சுண்டு அரிசி இடிச்சுத் தா என்று கேட்டால் போய் ஒற்றைக்கையால் இடித்துக் கொடுப்பாள். காணிக்குள் விழுந்திருக்கும் தேங்காய்களைப் பொறுக்கிக் கொடுப்பாள். அவர்கள் தரும் சாப்பாட்டை பிள்ளையுடன் பகிர்ந்து சாப்பிடுவாள்.

இப்படித்தான் அரை வயிற்று நிரப்புதலோடு வாழ்க்கை போகப்போகிறதா... என்ற கலக்கம். இப்படி தனியே இருப்பதில் ஏழ்மை மட்டுமின்றி வேறு பிரச்சனைகளும் இருந்தன.

செல்வராசா இருக்கிறானா இல்லையா என்ற கேள்வி எந்நேரமும் மனதுக்குள் குடைந்து கொண்டே இருந்தது. இருந்தால் இந்த நாலு வருஷத்திலும் தகவலாவது சொல்லி அனுப்பியிருப்பானே. நாட்கள் நகர நகர நம்பிக்கையும் தளர்ந்து கொண்டே வந்தது. இனி இந்தப் பிள்ளைக்காக உயிரைக் கையில் பிடித்து வாழ வேண்டியதுதான்.

அந்நேரம் அடைமழைக்காலம். முற்றமெல்லாம் தண்ணீர் தேங்கியிருந்தது. அவளின் குடிசை ஒரு பக்கம் சரிந்து விழுந்திருந்தது. அதைச் சரிப்படுத்த இந்திரன் திரவியத்தைக் கூட்டிக்கொண்டு வந்திருந்தான். திரவியம் முன்பு இயக்கத்தில் இருந்தபோதே அவர்களுக்கு அவனைத் தெரிந்திருந்தது. இந்த ஐந்தாம் வாய்க்கால் பக்கம்தான் திரவியம் நடமாடிக் கொண்டிருப்பான். செல்வராசாவோடு நல்ல பழக்கம்.

இப்போது தோற்றமே மாறிப்போயிருந்தான். நன்றாய் தளர்ந்து மெலிந்திருந்தான். இராணுவத்தினரிடம் போய் புனர்வாழ்வு பெற்று ஆறு மாதங்களுக்கு முன்புதான் விடுதலையாகி வந்ததாய் இந்திரன் சொன்னான். ஊருக்குள் மரவேலை, பெயிண்ட் வேலை என்று செய்வதற்காக வருவான். அன்று திரவியம்தான் சரிந்து விழுந்த அவள் குடிசையை சரிப்படுத்திக் கொடுத்தான். காசு எவ்வளவு வாங்குவானோ என்ற யோசனையோடு கேட்டதற்கு "விதானையார்தான் சரிப்படுத்திக் குடு. காசு நான் தாறன் எண்டவர். நான் அங்க வாங்கிறன்" என்றான்.

“திரவியண்ணைக்கும் ஒருதரும் இல்லை. சுதந்திரபுரத்தில ஷெல் விழுந்ததில தாய், தகப்பன், தம்பி எல்லாரும் பங்கருக்குள்ளயே செத்துப் போயிட்டினமாம். இவர் சண்டையில நிண்டதில அதுகளைப் பார்க்கக்கூட இல்லை. பிறகு ஆமியிட்ட போய் இப்ப விடுதலையாகி வந்த பிறகுதான் எல்லாம் அறிஞ்சவராம். பாவம்.”

இந்திரன் கூறியதைக் கேட்க, எத்தனை பேருக்கு இந்த அவலம்... என்று கவலையாக இருந்தது.

ஒருநாள் இந்திரனின் அம்மா கேட்டாள்.

“நீயும் பிள்ளையோட தனிச்சுப்போய் இருக்கிறாய். திரவியம் உன்னைக் கலியாணம் செய்யக் கேக்குது. என்ன சொல்லுறாய்...”

அவள் கொஞ்சமும் இதை எதிர்பார்க்கவில்லை.

“ஐயோ... ஏன் இப்பிடிக் கேட்டது... எனக்கென்னத்துக்குக் கலியாணம். வேண்டாம் அம்மா...” என்றாள்.

“இல்லையடி வேணி, நீயும் ஒரு கையை வைச்சுக்கொண்டு இந்தப் பிள்ளையை எப்பிடி வளர்ப்பாய் சொல்லு. நீ தனிய இருக்கிறதும் நல்லதில்லை. உன்ர பிள்ளையையும் தான் வடிவாய்ப் பாப்பன் எண்டு திரவியம் சொல்லுது. அவனையும் உனக்கு தெரியும்தானே... உழைச்சு உங்களையெல்லாம் பாக்கும். அதுக்கும் ஒருதரும் இல்லை.”

“எனக்கு மனசில்லை அம்மா” தழுதழுத்து நின்றாள்.

“இஞ்ச பார் வேணி. செல்வராசா எங்காவது இருந்தால் இந்த நாலு வருஷத்தில வந்திருப்பான். இல்லை தகவலாவது சொல்லியனுப்பியிருப்பான். பிடிச்சு வைச்சிருக்கிறவையின்ர பேர் லிஸ்ற்றில செல்வராசாவின்ர பேர் இல்லை எண்டு செஞ்சிலுவைச்சங்கம் சொல்லிப் போட்டுது. இனி எந்த நம்பிக்கையில இருக்கிறது சொல்லு. நீ ஒண்டுக்கும் யோசிக்காதயடி.”

இரண்டு நாளாய் மனம் குழம்பித் தவித்தாலும் சூழ்நிலையின் தாக்கம் ஓம் என்று சொல்ல வைத்தது.

திரவியம் அவளையும் மதியையும் அன்பாய்த்தான் பார்த்தான். ஊரில் உள்ளவர்களுக்கு வீட்டுத்திட்டம் வந்ததால் தச்சுவேலை பெயிண்ட் அடிக்கும் வேலை என்று கிடைத்துக்கொண்டிருந்தது. எந்த வேலை என்றாலும் ஓடி ஓடிப் போய்ச் செய்வான். தங்களின்

குடிசையையும் முன் பக்கம் திண்ணை வைத்து திருத்திக் கட்டி அத்தோடு மட்டை வரிஞ்சு குசினியையும் தனியாய் கட்டினான்.

"குழந்தைப்பிள்ளை இருக்கிற இடத்தில குடிசைக்குள்ள நெருப்பு எரிக்கக்கூடாது" என்பான்.

கிளிநொச்சியில் இருக்கும் நகைக்கடைக்குக் கூட்டிப்போய் காதுக்குத் தோடு வாங்கித் தந்தான். இந்த மூன்று வருஷத்திலும் ஓரளவு சாப்பிட்டு நிம்மதியாய் இருக்க முடிந்தது. இந்த தை மாதம் ஒரு ஆம்பிளைப் பிள்ளையும் கிடைத்தது. இரண்டு பிள்ளைகளுக்கும் திரவியம் வித்தியாசம் காட்டியதில்லை. காலில் சப்பாத்துடனும் தோளில் புத்தகப்பையுடனும் மதி பாடசாலை போவது சந்தோஷத்தைத் தந்தது. இப்படியே வாழ்க்கை போயிருக்கலாம்.

குணத்தான் சொன்ன செய்தியில் அத்தனை சந்தோஷங்களும் அடித்துக் கொண்டு போய்விட்டது. உலகமே இருண்டு போனது மாதிரி இருந்தது. திரும்பவும் வாசலை எட்டிப் பார்த்தாள். திரவியம் அதே மாதிரி அமர்ந்திருந்தான். அவன் என்ன மனநிலையில் இருப்பான் என்று நினைக்கவே மனம் நடுங்கியது. ஓடிப் போய் அவன் மடியில் விழுந்து அழவேண்டும் போல் இருந்தது. கடவுளே... என்ன செய்ய... என்ன செய்ய...

அவள் சுருண்டு கொண்டு படுத்தாள். கண்களிலிருந்து தன் பாட்டில் கண்ணீர் வழிந்து கொண்டேயிருந்தது.

நிலம் விடியும் போது எழுந்து பார்த்தாள். திரவியம் வாசல்புற வேலியோரம் நின்று கொண்டிருந்தான். அவள் அடுப்பை மூட்டி கேற்றில் வைத்து தேனீர் போட்டுக் கொண்டு போய் கொடுத்தாள். எதுவும் பேசாமல் வாங்கிக் கொண்டான்.

அவனிடம் என்ன கதைப்பது என்று தெரியவில்லை. அவன் என்ன நினைக்கிறான் என்பதையும் ஊகிக்க முடியவில்லை. ஏதாவது அவன் சொல்வான்... சொல்லவேணும் என்று மனம் எதிர்பார்த்தது. அவன் கண்களிலும் கவலை, பயம் தெரிந்தது. அவன் எதுவும் பேசாமல் இருப்பது அவள் கலக்கத்தை இன்னும் அதிகரித்தது.

அன்று பத்து மணியளவில் விதானையாரின் வயலுக்கு தண்ணீர் பாய்ச்ச திரவியம் போக வேணும். அப்படி போகும் நாளில் காலையிலேயே சமைத்து சாப்பாட்டை பெட்டிக்குள் போட்டுக்

கொடுத்து விடுவாள். அன்றும் யந்திரம் போல சமையலைத் தொடங்கினாள். மனப்பதட்டத்தை அடக்கிக் கொண்டு சோறும் இரண்டு கறிகளையும் சமைத்து இறக்கி வைத்துவிட்டு சாப்பாட்டுப் பெட்டியை எடுத்த நேரம்

"அம்மா... ஆரோ வந்திருக்கினம்..."

மதியின் குரலைக் கேட்க 'திக்'கென்று நெஞ்சு அடித்துக் கொண்டது. வெளியே வந்தாள்.

செல்வராசா...

ஏழு வருஷத்தின் பின் நரை விழுந்து, மெலிந்து, சோர்ந்து போய் நின்ற அவனைப் பார்த்து விக்கித்துப் போய் நின்றாள். நடுங்கும் வலக்கையால் வாசல் கப்பை இறுகப் பிடித்துக் கொண்டாள்.

கையில் கொண்டு வந்திருந்த பிஸ்கற் பெட்டியை மதியிடம் கொடுத்து விட்டு திண்ணையில் அமர்ந்தான். மதியை வா என்று பக்கத்தில் அமர வைத்து தடவினான். அவன் கண்கள் கலங்கிப்போயிருந்ததைப் பார்த்து அவளுக்கும் தொண்டை அடைத்தது. ஒரு வார்த்தை வெளிவரவில்லை.

மதி தயங்கி இருவரையும் மாறி மாறிப் பார்த்தாள்.

அவள் சுற்றும் முற்றும் பார்த்தாள். திரவியத்தைக் காணவில்லை.

என்ன செய்வது... என்ன கதைப்பது...

மரக்கப்பை இறுக்கிப் பிடித்துக் கொண்டு நின்றாள்.

"எப்பிடி வேணி இருக்கிறாய்..."

கண்களில் நீர் நிரம்பி இருக்க அவனைப் பார்த்தாள்.

அவன் எதிர்பார்க்கிறானோ ஓடி வந்து கட்டிப் பிடித்து அழுவேன் என்று...

"ஒருக்கா உங்களையெல்லாம் பார்த்திட்டுப் போவம் எண்டுதான் வந்தனான். உனக்கு கை இல்லாமல் போனதும் ஐயா அம்மா செத்துப் போனதும் இப்பதான் அறிஞ்சனான். எவ்வளவு கஷ்டப்பட்டிருப்பாய்..."

மெல்லிய குரலில் சொல்லி வந்தவன் ஒரு நிமிஷம் மூச்சை இழுத்து விட்டுக் கொண்டான்.

“நீ திரவியத்தைக் கட்டியிருக்கிறது எனக்குத் தெரியும். அது தெரிஞ்ச பிறகுதான் வரவேணும் போல இருந்தது.”

அவள் திடுக்கிட்டுப் பார்த்தாள்.

கண் நிரம்பிய நீர் பொல பொலவென்று வழிந்தது. துடைத்துக் கொண்டு பார்த்தாள்.

வேலியருகில் தயங்கி நின்ற திரவியத்தைப் பார்த்து,

“வா திரவியம்” என்று கூப்பிட்டான்.

திரவியம் தயங்கியபடி முற்றத்துக்கு வந்தான்.

“அண்டைக்கு கஞ்சிக் கொட்டிலில நிற்கிற நேரம் முன்னால வந்து ஷெல் விழுந்து வெடிச்சுது. சிதறுப்பட்டு ஓடி திக்குத் திசை தெரியாமல் ஆமியின்ர பக்கம் போயிட்டம். அப்பிடியே எங்களை அள்ளிக் கொண்டு போயிட்டாங்கள். எத்தினையோ இடங்களில மாறி மாறி வைச்சிருந்தாங்கள். இடம் வலம் ஒண்டும் தெரியேலை. ஒரு தொடர்பும் இல்லை. அடி ஆய்க்கினை ஒரு பக்கம். நூலாக்கிப் போட்டாங்கள். கடைசியாய் பூசா வரை வைச்சிருந்து போட்டு மூண்டு வருசத்துக்கு முன்னாலதான் வெளியில விட்டாங்கள். என்னோட பூசாவில இருந்து என்னோட வெளியில வந்த பெடியன்ர குடும்பம்தான் என்னை வைச்சுப் பார்த்தது. காய்ச்சலும் இருமலுமாய் அறிவு நினைவில்லாமல் கிடந்தனான். அதுகளோடதான் இப்ப மன்னாரில இருக்கிறன்.”

அவன் ஒரு நிமிடம் தயங்கிவிட்டுச் சொன்னான்.

“அதுகள் வீட்டுப் பிள்ளையை நானும் கட்டியிருக்கிறன். மூண்டு வருசமாகுது. அப்பிடி ஒரு சூழ்நிலை. உன்னை நினைச்சு குற்ற உணர்வு இருந்துது. எப்பிடி இருக்கிறீங்களோ எண்டு அடிக்கடி நினைப்பன். நீ திரவியத்தைக் கட்டினதை அறிஞ்சபிறகுதான் நிம்மதி. அதுதான் பார்த்திட்டுப் போகலாம் எண்டு வந்தனான்.”

கடவுளே... தலைமேல் உள்ள பாரம் எல்லாம் பொல பொலவென்று உதிர்ந்து காற்றில் பறப்பதாய் உணர்ந்தாள். அத்தனையும் லேசாகிப் போனது போலிருந்தது.

திரவியம் உள்ளே ஓடிப்போய் தேனீர் போட்டு எடுத்து வந்து கொடுத்தான். தேனீரைக் குடித்து விட்டு செல்வராசா எழுந்தான்.

“சாப்பிட்டுப் போங்கோ. சமைச்சாச்சு.” திரவியம் கேட்டான்.

"இல்லை... இல்லை... எனக்குப் பசிக்கேலை. நான் போயிட்டு வாறன்."

எல்லோரையும் பார்த்து தலையசைத்து விட்டு முற்றம் கடந்து நடந்தான்.

அவள் திரவியத்தைப் பார்த்தாள்.

"இருங்கோ. சாப்பாட்டைப் பெட்டிக்குள்ள போட்டுத் தாறன்."

அவள் அடுக்களைக்குள் ஓடிப்போனாள். எடுத்து வைத்த பெட்டிக்குள் சோறு கறிகளைப் போட்டாள்.

மனம் நிம்மதியாய் இருந்தது.

ஆனாலும் ஏனோ கத்தி அழ வேண்டும் போலவும் இருந்தது.

ஜீவநதி
ஜனவரி 2017

கனவுகளின் மீள்வருகை

இப்போதெல்லாம் படுத்தால் உறக்கமே வருவதில்லை. உறக்கம் இல்லாததனால் கனவுகளும் வருவதில்லை. கனவு காணும் சுகம் கூட கைவிட்டுப் போனதில் அவனுக்கு மிகுந்த வருத்தம்தான். மனதில் அமைதியும் நிம்மதியும் தொலைந்து பல வருடங்களாகி விட்டது. கனவுகள் வராமல் போனதற்கு அவை கூட காரணமாக இருக்கலாம்.

வாழ்க்கை முழுவதும் துன்பப்பட என்று தலையில் எழுதி வைத்திருக்கிறது. இரண்டு கைகளையும் ஒரு காலையும் இழந்து முடமாகிப் போன நிலைமையோடு வாழ்வது என்பது எத்தனை கொடுமையான அனுபவம். ஆனால் அப்படித்தான் வாழ வேண்டியிருக்கிறது...

கனவுகளே வரண்டு போன வாழ்க்கை.

எத்தனையோ துன்பங்களை அனுபவித்து, படாத பாடெல்லாம் பட்டு மீள் குடியேற்றம் என்று மறுபடி தங்கள் இடத்துக்கு வந்தாகி விட்டது. ஆனால் எதிர்காலம் பற்றி எத்தனை பயம்... எத்தனை ஏக்கம்... என்ன செய்வது என்று தெரியாத திகைப்பு.

இந்த கையறு நிலையில் கனவுகள் எங்கேயிருந்து வரும்...

பல வருடங்களாகவே கனவுகள் வந்து மனதைச் சந்தோஷப் படுத்தியிருக்கிறது. சூழ்நிலைக்கேற்றவாறு வித்தியாசப்படும் கனவுகள். கையில் ஒரு ரூபா காசு கூட இல்லாத நேரங்களிலும் விசாலமான சமையலறையில் அமர்ந்து வயிறார சாப்பிடுவது

போன்ற கனவுகள்... வேப்பமரக் காற்று வீசும் பின் விறாந்தையில் கால் நீட்டிப் படுத்து உறங்குவது போன்ற கனவுகள்...

ஏழெட்டு வருடங்களுக்கு முன்பு சமாதான காலங்களில் அவனுக்கு எத்தனை அருமையான கனவுகள் வந்திருக்கின்றன. விதம் விதமான வீடுகள் பற்றிய கனவுகள்.

ஒவ்வொரு வீடும் ஒவ்வொரு விதம். சில சமயம் பச்சை வண்ணத்துடனும் சில சமயம் இள மஞ்சள் நிறத்துடனும் பளிச்சென்று கனவில் தோன்றும்.

முன்புறம் சதுர அறை, அதன் இரு புறமும் அறைகள். உட்புறம் நீண்ட மண்டபம். அதிலும் அறைகள். குசினி, குளியலறை, முன்புறமும் பின்புறமும் விறாந்தைகள் என்று வசதியாக கட்டப்பட்ட வீடு. நிலத்துக்கு சில சமயம் மாபிள் கல் பதித்ததாயும் சில சமயம் ரெறசோ தளம் போடப்பட்டதாயும் மாறி மாறி கனவில் தெரியும். வீட்டின் முன்புறம் மா, பலா, தென்னை என்று நிழல் பரப்பி நிற்கும் மரங்கள். முற்றம் எதிரே தெரு கடந்து தண்ணீர் புரண்டோடும் வாய்க்கால். அதைத் தாண்டி பச்சைப் பசேலென்று விரிந்து கிடக்கும் வயற்பரப்பு.

இத்தகைய சூழல் மனதை நிரப்பிக் கொண்டிருக்கையிலேயே விழிப்பு வந்து விடும். புரண்டு புரண்டு படுக்கையில் சாணகத்தால் மெழுகப்பட்ட தரையின் வாசனை மூக்கை நெருடும். தனக்குள் சிரித்துக் கொள்வான்.

கனவுகள் என்னமோ சுகமானவைதான். எத்தனை கவலைகளையும் மறக்க வைத்து விடுகின்ற சில நிமிடசந்தோஷங்கள். குழைக்கப்பட்ட சீமேந்து கலவையை அடித்து அடித்து சுவரில் பூசும் போதெல்லாம் கனவில் வரும் வீடும் அதன் அமைப்பும் கண்ணில் வந்து நிழலாடும். வயிற்றில் இருந்து திமிறிக் கொண்டு எழும் பெருமூச்சு பெரும் விசிறலாய் நெஞ்சை அடைத்து அடங்கிப் போகும்.

எத்தனையோ பிரச்சனைகள், இடப்பெயர்வுகளைக் கடந்து இரண்டாயிரத்து இரண்டாம் ஆண்டில் மீண்டும் தங்கள் சொந்த இடங்களுக்கு திரும்பியிருந்த காலங்கள் அவை. அப்போதெல்லாம் அவனுக்கு வேலைவாய்ப்பு ஓரளவு கிடைத்துக் கொண்டிருந்தது. இடிபாடுகளும், கற்குவியல்களும், எரிந்து கரி படிந்து போன சுவர்களுமாய் இருந்த கிளிநொச்சி நகரம் மீண்டும் உயிர் பெற்றுக்கொண்ட நேரம். வீடுகள், கடைகள், அலுவலகங்கள்

என்று கட்டடங்கள் எழும்பிக் கொண்டிருந்தன. வீதியின் இரு பக்கங்களிலும் புதிய பொலிவுடனும் வண்ணப்பூச்சுக்களுடனும் முகப்பு எழுத்துக்களுடனும் வியாபார நிலையங்கள் தோற்றம் பெற்றன.

கிளிநொச்சி கந்தசுவாமி கோவிலின் மணி ஓசை கேட்கும் தூரத்தில் ஒரு மாடிக் கட்டட வேலையில்தான் அவன் அப்போது ஈடுபட்டுக் கொண்டிருந்தான். அவனுடன் சேர்ந்து பதினைந்து பேர் வரை அங்கு வேலை செய்து கொண்டிருந்தார்கள். மூன்று மாடிக் கடைக் கட்டடம். இருபத்தைந்து அடி உயரத்தில் சுவர்ப்பூச்சு வேலை நடந்து கொண்டிருந்தது.

மரத்தடிகளினால் சாரம் கட்டி அதன் மேல் ஏறி நின்று மிகுந்த கவனத்துடன் வேலை செய்ய வேண்டும். சாந்தகப்பை அவன் கையில் லாவகமாய் படிந்து வந்தது. அழுத்தி இழுத்தால் கண்ணாடி போல் சுவர் பளபளக்கும்.

எத்தனை வருட அனுபவம்.

பதினான்கு வயதில் சாந்தகப்பை பிடித்த கை இது. முப்பது வருடங்களுக்கு மேலாகிறது. எத்தனை வீடுகள்... எத்தனை கட்டடங்கள்...

பதினான்கு வயதில் தந்தையுடன் சேர்ந்து வேலைக்குப் போக ஆரம்பித்த நாளிலிருந்தே தொழில் கொஞ்சம் கொஞ்சமாக கையில் படிய ஆரம்பித்து விட்டது.

அப்போதிருந்தே கனவுகளும் வரத் தொடங்கி விட்டது. அப்போதெல்லாம் அந்த வயதில் ஒரு நீள விறாந்தை, இரண்டு அறை, குசினி இவ்வளவும் உள்ள ஒரு சின்ன வீடுதான் கனவில் வரும். உழைத்து காசு சேர்த்து அப்படி ஒரு வீடு கட்டி குடியிருக்கவேண்டும் என்ற ஆசையும் விருப்பமும் அப்போதே அரும்பி விட்டது. உழைப்பது வாய்க்கும் வயிற்றுக்குமே போதாமல் இருந்ததில் கனவு கனவாகவே இருந்து கொண்டது.

எண்பத்திமூன்றாம் ஆண்டு பரந்தன் சந்தியில் வைத்து இராணுவத்தினரின் துப்பாக்கிச் சூட்டுக்கு அப்பா பலியாகிப் போக வீட்டின் முழுப் பொறுப்பும் அவன் தலையில் விழுந்தது. அன்றாடம் சாப்பிடுவதற்கே கடின உழைப்பு வேண்டியிருந்தது. அதைத்தாண்டி தம்பிகளின் படிப்பு, தங்கைகளின் கல்யாணம் என்ற தேவைகளும் விரியத் தொடங்க வாழ்வின் சுமைகள்

கழுத்தை நெரித்தன. கனவில் வருகின்ற வீடு மாதிரி ஒரு வீடு கட்டுவது சாத்தியப் படாமலே போயிற்று.

ஆனாலும் வீடு பற்றிய கனவுகள் மட்டும் தொடர்ந்து வந்து கொண்டேதான் இருந்தது. மழையின் ஈரமும் வெய்யிலின் உக்கிரமும் சீமெந்து வெக்கையுமே வாழ்க்கை என்றாகிவிட்டது. எனினும் தன் தொழிலை அவன் மிகவும் நேசித்தான். ஒவ்வொரு வீட்டையும் கட்டும் போது தனக்குரிய ஒரு வீட்டைக் கட்டுவது போன்ற விருப்பத்தோடும் கவனத்தோடுமே அவன் செயற்படுவான். வீட்டுச் சொந்தக்காரர்களின் முகங்களில் தென்படும் பெருமிதத்தையும் ஆவலையும் பார்க்கும் போது அவனுக்கும் பெருமிதமாக இருக்கும். கடைசிப் பூச்சு வேலையும் முடிந்து வீட்டை உரியவர்களிடம் ஒப்படைக்கும் போது அவர்களின் மகிழ்ச்சி அவனையும் தொற்றிக் கொள்ளும். இந்த வீட்டில் இவர்கள் சந்தோஷமாய் வளமாய் நிறைவோடு வாழவேண்டும் என்று மனசு பிரார்த்திக்கும்.

மறுநாள் இன்னொரு வீட்டுக்கு அத்திவாரம் போடும் போது அந்த புது வீட்டுக்கான பொறுப்பு அவனிடம் வந்து சேரும். எத்தனையோ பிரச்சனைகள்,இடப்பெயர்வுகள், துன்பங்கள் காரணமாக தொழில் செய்ய முடியாத சூழல் வந்த போதும் கூட தன் தொழிலை அவன் நொந்து கொண்டதில்லை.

சமாதான காலங்களில் அவனுக்கு மாறி மாறி வீடு கட்டும் வேலைகள் வந்து கொண்டிருந்தது. எறிகணை வீச்சிலும் குண்டு விழுந்து வெடித்ததிலும் கட்டடங்கள் இடிந்து நொறுங்கி அழிந்து போனதில் புதுப்பிக்கும் வேலைகளை மனிதர்கள் செய்து கொண்டேயிருந்தார்கள். தொடர்ந்து வேலை இருந்ததால் நாலு காசு மிச்சம் பிடிக்க முடிந்தது. கொஞ்சம் கொஞ்சமாய் காசு சேர்த்து இரண்டு அறை, ஒரு விறாந்தை என்று சிறிதாய் ஒரு கல்வீடு கட்டிக் கொள்ளலாம் என்ற நம்பிக்கை வந்தது.

அந்த நம்பிக்கை ஒரு நாள் ஒரு மழை நாளில் தகர்ந்து போனது. இருபத்தைந்தடி உயரத்தில் மரச்சாரங்களில் கால் பதித்து நின்று கொண்டு சுவரின் பூச்சு வேலை செய்து கொண்டிருந்த பொழுதில் ஈர மரத்தில் கால் வழுக்க கை பிடிமானம் தவறி விட தடுமாறி நிலத்தில் விழுந்தான். கூட வேலை செய்தவர்கள் பதறிப் போய் ரத்தம் பெருக கிடந்தவனை அள்ளி எடுத்துக் கொண்டு கிளிநொச்சி வைத்தியசாலைக்கு ஓடினார்கள். உடனடி

சிகிச்சையை செய்து விட்டு அவர்கள் அம்புலன்ஸ் வண்டியில் யாழ்ப்பாணம் பெரியாஸ்பத்திரிக்கு அனுப்பினார்கள். அங்கே மூன்று மாதம் படுக்கையில் கிடந்தான்.

ஒரு காலை முழங்காலுடனும் இரண்டு கைகளை முழங்கைகளுடனும் இழக்க வேண்டியதாயிற்று.

அவனால் தாங்கிக் கொள்ள இயலாத அளவுக்கு பேரிழப்பு.

இந்த மூன்று மாதத்தில் சேர்த்து வைத்திருந்த காசெல்லாம் கரைந்து போக மனசெல்லாம் நொறுங்கிப் போன நிலையில் ஊன்று கோலுடன் வீட்டுக்குத் திரும்பினான். மனைவி பிள்ளைகளுக்கு பாரமாகிப் போனோமே என்று மனசு ஆறமாட்டாமல் தவித்தது.

அதன் பின் மறுபடியும் பிரச்சனை தொடங்கி விட ஒவ்வொரு இடமாக அலைந்து முள்ளிவாய்க்கால் வரை ஓடிய அவலம்... இதுவரை பட்ட துன்பம் எல்லாம் ஒன்றுமே இல்லை என்று சொல்லும் அளவுக்கு ஏற்பட்ட மாபெரும் அவலம். பரந்தனிலிருந்து தர்மபுரம் பிறகு விசுவமடு பிறகு சுதந்திரபுரம் அதற்கப்பால் புதுக்குடியிருப்பு அதற்கு அப்பால் மாத்தளன் கடைசியாக முள்ளிவாய்க்கால்...

எத்தனை இடங்கள்... எத்தனை அலைச்சல்...

தறப்பாள் போர்த்திய கொட்டிலுக்குள் பசி பட்டினியோடும் உயிர்ப்பயத்தோடும் வாழ வேண்டியிருந்தது. காலையில் பல் துலக்கி முகம் கழுவ வைப்பதிலிருந்து, கிடைக்கும் கொஞ்சத் தண்ணீரில் உடம்பு கழுவி விடுவதிலிருந்து அத்தனை வேலைகளையும் பார்த்துப் பார்த்து மனைவியும் பிள்ளைகளும் செய்யும் போது ஏற்படும் துயரம் வார்த்தைகளில் வர்ணிக்க முடியாதது.

தினமும் மனைவி ஒரு குழந்தையைப் போல கவனிக்கும் போது இவளுக்கு சுமையாகிப் போனேனே என்று மனது வலிக்கும். மனைவியை வேதனையோடு பார்ப்பான்.

அலுப்பு சலிப்பு இல்லை. ஒரு முகச் சுழிப்பு இல்லை. அந்த ஆதரவு, கனிவு கண்களை கலங்க வைக்கும். இப்படி இவர்களுக்கெல்லாம் கஷ்டம் கொடுத்து உயிர் வாழ வேண்டுமா... என்று மனம் விரக்தியில் துடிக்கும். கொத்துக் கொத்தாய் சனம் சிதறி விழும் போது அவர்களுக்குள் ஒருவனாய் தானும் செத்துப் போயிருந்தால் நன்றாய் இருந்திருக்கும் என்று நினைக்கத் தோன்றும். ஒரு நேரச்

சாப்பாட்டுக்கு படுகின்ற அவலத்தை விட ஒரு நேரம் இயற்கைக் கடன் கழிக்க படும் அவலம் மிகக் கொடுமையாக இருந்தது.

முள்ளிவாய்க்காலிருந்து போய் வவுனியா செட்டிகுளம் முகாமுக்குள் இருந்த போதும் இதே அவலம்தான். ஒரு வருடத்துக்கும் மேலாய் அங்கே இருந்து பட்ட துன்பம்.

ஒரு தொழில் செய்ய முடியாது. வெளியே எங்கும் செல்ல முடியாது. கையில் ஒரு சதமேனும் காசு இல்லை. அவர்கள் நிவாரணமாய்த் தரும் அரிசி பருப்புத் தவிர வேறு எதையும் கண்டதில்லை. வரிசையில் பிச்சைக்காரர் போல கையேந்தி நின்று அரை வயிற்றை நிரப்பிய காலங்கள்.

எல்லாவற்றையும் தாங்கி மீள் குடியேற்றம் என்று மீண்டும் தங்கள் சொந்த ஊர் வந்து குடிசை போட்டு இருந்த போதுதான் கொஞ்சம் நிம்மதி வந்தது.

இடம் பெயர்ந்து போயிருந்த காலங்களில் வீடு பற்றிய கனவுகளோ அல்லது வேறு ஏதும் கனவுகளோ அவனுக்கு வந்ததில்லை. அப்படி எப்போதாவது கனவு வந்தாலும் புழுதி பறக்கும் தெருக்களும் அதில் தலைச்சுமையுடன் ஓடிக்கொண்டிருக்கும் மனிதர்களும் மரநிழலின் கீழே அடுப்பு மூட்டிச் சமைக்கும் காட்சிகளுமே மாறி மாறி வந்து போகும்.

அமைதியான உறக்கம் என்பதுதான் கனவாய்ப் போய்விட்டது. உறக்கம் இல்லாததனால் கனவுகளும் வருவதில்லை. கனவு காணும் சுகம் கூட கைவிட்டுப் போனதில் அவனுக்கு மிகுந்த மனவருத்தம்தான்.

இப்போதெல்லாம் வாழ்வே பெரும் சுமையாகத் தெரிந்தது. விடிய எழுந்திருக்கும் போதே இன்றைக்கு சாப்பாட்டுக்கு என்ன வழி என்ற கேள்விதான் முந்திக் கொண்டு நின்றது. பதினான்கு வயதிலிருந்து ஓடி ஓடி உழைக்க ஆரம்பித்தது... இன்றைக்கு ஓரிடத்தில் அமர்ந்திருப்பது பெரும் நரக வேதனையாய் இருந்தது.

இப்போது மறுபடி நகரம், கடை, கட்டடங்கள், வீடுகள் என்று புதிதாய் தோற்றம் பெற்றுக் கொண்டிருக்கிறது. அவன் இயங்க முடியாத நிலையில் கையாலாகாதவனாய் வெறுமே பார்த்துக் கொண்டு அமர்ந்திருக்கிறான்.

அவனது பதினான்கு வயதுப் பிள்ளை படிப்பை நிறுத்தி விட்டு மேசன் சின்னையாவுக்கு உதவியாளாய் கூலி வேலைக்கு போகத்தொடங்கியிருக்கிறான். அவன் கொண்டு வரும் காசில்தான் இப்போது சீவியம் நடக்கிறது. சீமெந்து வாசனையுடன் திரியும் பிள்ளையைப் பார்க்கும் போது மனம் பாரமாகிப் போகிறது.

அவன் திண்ணையில் அமர்ந்தபடி முற்றம் கடந்து தெரியும் வீதியைப் பார்த்தான். பொழுது இருண்டு கொண்டு வந்தது. இரவு உணவுக்காக மனைவி ரொட்டி சுடுகின்ற வாசனை மூக்கை நெருடியது. உட்புறம் திரும்பிப் பார்த்தான். ரொட்டி சுடும் அம்மாவின் அருகே கால்களைக் கட்டிக் கொண்டு மகன் அமர்ந்திருப்பதைக் கவனித்தான். சமீப நாட்களாக அந்த குழந்தை முகத்தில் ஒரு ஏக்கம் இருப்பதைக் கவனிக்க முடிகிறது. எதிரே இருந்த கை விளக்கின் வெளிச்சம் முகத்தில் பளிச்சிட அவன் தாயிடம் கூறுவது அவன் காதுகளிலும் தெளிவாகக் கேட்டது.

"அம்மா... நாங்களும் ஒரு நாளைக்கு எங்களுக்கெண்டு ஒரு வீடு கட்டுவம். இரண்டு அறை, ஒரு ஹோல், குசினியோட கட்டுவம். எனம்மா..."

அப்படிச் சொல்லும் போது அந்த குழந்தை முகத்தில் இருந்த ஏக்கம்...

வீடு பற்றிய கனவுகள் இவனுக்கும் வரத்தொடங்கிவிட்டது. பதினான்கு வயதில் கனவு காண ஆரம்பிக்கும் பிள்ளையைப் பார்க்கையில் தன் இளம் வயசுக் காலங்கள் அவன் நினைவுக்கு வந்தது. தன்னைப் போல் அல்லாமல் பிள்ளையின் கனவுகள் ஒரு நாளைக்கு சாத்தியப்பட வேண்டும் என்று மனதார நினைத்துக் கொண்டான். பிள்ளை மீதும் அவன் உழைப்பு மீதும் அவனுக்கு நம்பிக்கை இருந்தது. நிச்சயம் ஒரு நாள் சாதிப்பான். ஒரு கல்வீடு இந்த முற்றத்தில் எழும்பி நிற்கும். பின் விறாந்தை ஒன்றும் கட்டச் சொல்லவேண்டும். வேப்பமரக் காற்றை சுவாசித்தபடி அதில் ஒற்றைக் காலை நீட்டிக் கொண்டு படுத்திருக்க வேண்டும். ஆழமாய் ஒருபெருமூச்சு அவனுக்குள் எழுந்து அடங்கியது.

வீடு பற்றிய கனவுகள் இனிமேல் அவனுக்கு வராமலே கூடப் போகலாம். ஆனாலும் அவனுக்கு அது பற்றிய கவலையும் வரப்போவதில்லை.

வளையோசை
2013

கசிந்துருகி கண்ணீர் மல்கி

தொலைபேசி அழைப்பின் ஓசை இப்போதெல்லாம் கனவில் கூட வந்து பயமுறுத்துகிறது. எந்த நேரத்தில் எத்தகையசெய்தியை கேட்க நேரிடுமோ என்ற பயம் நெஞ்சுக் கூட்டைக் குளிராய் ஊடுருவிக் கொண்டிருக்கிறது. இந்தக் கலக்கமும் தவிப்பும் சமீப நாட்களாய் அதிகரித்துக்கொண்டே போகிறது.

உலகம் முழுவதும் பரந்து வாழும் உறவுகள் தொலைபேசி எடுத்து "எங்கட வீட்டாக்கள் பற்றி ஏதும் தகவல் தெரியுமா... ஆராவது கண்டவையாமா..." என்று தவிப்போடு கேட்கும் போது மனம் தாங்க முடியாத கவலையில் பாரமாகிப் போகும். சுற்றி வளைக்கப்பட்ட ஊர் மண்ணில் என்ன நடக்கிறது என்று தெரியாமல் கலங்கிப் போகும். வெளிவரும் செய்திகள் எல்லாமே பதட்டம் தருவதாக இருக்கிறது.

இன்றும் அதிகாலை அமைதியைக் கலைத்துக்கொண்டு ஐந்து மணிக்கே அலறிய தொலைபேசியை அடித்துப் பிடித்துக்கொண்டு ஓடிப் போய் எடுக்க, கனடாவிலிருந்து கடைசித் தம்பி நகுலனின் குரல் கவலையோடு ஒலித்தது.

"அண்ணை... ஏதாவது தகவல் தெரிஞ்சுதா. இங்க செய்தியளைக் கேட்கக் கேட்க ஒரே கலக்கமாய்க் கிடக்கு. ஆராவது பாரதியாட்களைக் கண்டவையாமா..."

என்ன பதில் சொல்வது என்று தெரியவில்லை.

“இல்லையடா. இங்க கொழும்பில இருந்து கொண்டு ஆரிட்ட விசாரிக்க ஏலும். வன்னிக்குள்ளயிருந்து ஒரு தொடர்பும் இல்லை.”

“சிவநேசன் மாமாவுக்கும் ஏதும் தகவல் வரேலையாமா.”

“இல்லையாம். அவரும் யோசிச்சுக் கொண்டிருக்கிறார். வவுனியாவில ஏதும் தகவல் அறிஞ்சால் பாலாண்ணை போன் பண்ணுவார்.”

“என்னவோ அண்ணை. ஒரே பயமாக்கிடக்கு. பாவம் அவள் குழந்தையளோட என்ன கஷ்டப் படுறாளோ. என்னத்தை சாப்பிடுதுகளோ. அங்கயிருந்து வாற படங்களைப் பார்க்க மூச்சே நிண்டிடும் போல கிடக்கு. தாங்கவே ஏலாதாம். அவ்வளவு பரிதாபம்.”

“பாரதியவை விசுவமடுவில இருந்தவரைக்கும் தகவல் தெரிஞ்சுது. பிறகு அங்கயிருந்து எழும்பிப் போய் உடையார் கட்டில இருக்கினம் எண்டும் கதை வந்தது. பிறகு அங்கயிருந்தும் எழும்பி எங்க போய்ச்சினமோ தெரியேலை. ஒரு மாதமாய் ஒண்டும் தெரியேலையடா.”

எதிர் முனையில் மௌனம். எனக்குத் தெரியும்... நகுலன் கலங்கிய கண்களைத் துடைத்துக் கொண்டோ நெஞ்சை நீவி மூச்சு எடுத்து விட்டுக் கொண்டோ நிற்பான்.

பாரதி மீது அவ்வளவு பாசம் அவனுக்கு. எல்லோருமாகச் சேர்ந்து அவளை சிலகாலம் தனிமைப் படுத்தி விட்டோமே என்ற கவலையும் ஆதங்கமும் அவனுக்குத்தான் ஒரு படி அதிகம்.

“சரி அண்ணை. நான் பிறகு எடுக்கிறன். ஏதும் அறிஞ்சால் உடனும் சொல்லு.”

தொடர்பு துண்டிக்கப்பட்டது.

என்னால் மறுபடி படுக்க முடியவில்லை. தொலைபேசி அழைப்பின் ஓசையில் அப்பா விழித்திருப்பார். யார் பேசியிருக்கக்கூடும் என்று யோசித்தபடியே படுத்திருப்பார். பாரதி பற்றிய விசாரிப்புத்தான் நடைபெற்றிருக்கும் என்றும் ஊகித்திருப்பார்.

அப்பாவின் மனசு இப்போது எவ்வளவு தூரம் நொறுங்கிப் போயிருக்கும் என்பதை உணர முடிகிறது... கண்களின் உயிர்ப்பு காணாமல் போய் எட்டு வருஷமாகிறது. அந்த சந்தர்ப்பத்தில்

சரியாகப்பட்டது இப்போது தவறாய்த் தெரிகிறது. செல்லமாய் உயிராய் வளர்த்த பெண்ணுக்கு கொடுத்த தண்டனை அதிகமோ என்று மனம் இப்போது குறுகிப் போகிறது. அப்பா பாவம். இப்போது நினைத்தாலும் பாரதியைப் பார்க்க முடியாது.... பேச முடியாது.

இந்த எழுபத்திரண்டு வயதில் அப்பா அனுபவிக்கும் துன்பத்தை யாராலும் தீர்க்க முடியாது. என்றேனும் ஒருநாள் பாரதியை, அவள் கணவன் யோகேந்திரனை, அவர்கள் குழந்தைகளைக் காணும் அந்த நிமிடத்தில்தான் அவரது நெஞ்சின் பாரம் தீர்ந்து போகும். அந்த ஒரு நிமிடத்துக்காகத்தான் அப்பா காத்துக் கொண்டிருக்கிறார்.

ஆறு மாதத்திற்கு முன்பு வரை இருந்த அப்பா வேறுதான். பாரதி மீதுள்ள பாசத்தையும் மீறிய கோபம்தான் அவர் மனதை ஆக்கிரமித்துக் கொண்டிருந்தது. ஆனால் சமீப காலமாக வன்னியில் நடைபெற்று வரும் பிரச்சனைகளினால் அந்தப் கோபம் கொஞ்சம் கொஞ்சமாய் கரைந்து காணாமல் போய்விட மிஞ்சியிருப்பது பெற்ற மகளின் மீதுள்ள பாசமும் கண்ணுக்கெட்டாத தூரத்தில் அவளைத் தவிக்க விட்டு விட்டோமே என்ற பச்சாதாபமும்தான். அந்த உணர்வுதான் அவரை உருக்கிக் கொண்டிருக்கிறது.

வர வர நிலைமைகளும் மோசமாகிக் கொண்டேதான் வருகிறது. என்ன செய்கிறார்களோ... என்ன சாப்பிடுகிறார்களோ என்ற கலக்கம்... ஒவ்வொரு எறிகணை வீச்சின் அதிர்வுக்கும் எப்படி பயந்து நடுங்குவார்கள் என்ற ஏக்கம்... கடவுளே... சாப்பிட முடியாமல் நித்திரை கொள்ள இயலாமல் மனசு கலங்கிக் கொண்டேயிருக்கிறது.

பாவம் அவளை இத்தனை வருடகாலமாக நோகடித்தோமே. அப்பாவின் பிடிவாதத்தை உடைக்க முடியாமல் நாமும் ஒதுங்கி நின்றோமே என்று என் மீதே கோபம் வருகிறது. யோகேந்திரன் ஏழை என்பதும் அவ்வளவாக படிக்காத குடும்பத்தைச் சேர்ந்தவன் என்பதும் இன்றைக்கு நினைக்கும் போது அவர்களை ஒதுக்கியதற்கு வலுவுள்ள காரணங்களாகத் தெரியவில்லை. ஆனால் அன்றைய சூழ்நிலையில் இவைதான் பெரிதாகப் பட்டது. மூன்று ஆண்பிள்ளைகளுக்கு ஒரே தங்கச்சி அவள். என்ன செல்லம்... என்ன பாசம்... அதிக அளவு பாசம் வைத்ததால்தான் அவள் யோகேந்திரனுடன்தான் வாழப் போகிறேன் என்று போன போது அத்தனை கோபம் வந்ததா...

தொண்ணூற்றைந்து இடப்பெயர்வுக்கு பின்னர் கிளாலி கடல் வழியாக வன்னிக்கு வந்து மல்லாவியில் இருந்தோம். நானும் ரஞ்சனும் பெரதேனியாவிலும் மொரட்டுவவிலும் படித்துக் கொண்டிருந்தோம். அம்மா, அப்பா, நகுலன், பாரதி எல்லோரும் மல்லாவியில் இருந்தார்கள். அப்போதுதான் பாரதிக்கு யோகேந்திரனுடன் பழக்கம் ஏற்பட்டது. அது எப்படி நடந்தது என்ற வியப்பு எனக்கு இன்று வரை தீராமலே இருக்கிறது. என்ன ஏதென்று அறிந்ததும் அப்பாவின் கோபத்தைக் கட்டுப் படுத்த முடியாமற் போனது.

எத்தனை பாசத்தைக் கொட்டினாரோ அத்தனை அளவு கோபத்தையும் அவள் மீது திருப்பிக் கொண்டார். எங்களுக்கு விஷயம் தெரிந்து நாங்கள் அங்கு போனபோது எல்லாமே கை மீறிப் போய்விட்டது. அப்பாவின் கோபத்துக்குப் பயந்து பாரதி யோகேந்திரனுடன் போய்விட்டாள். அவமானமும் துக்கமும் சேர அப்பா இடிந்து போய் நின்றார். அதன் பிறகு அப்பா, அம்மா, நகுலன் எல்லோரும் கொழும்புக்கு வந்து விட்டார்கள். சிலகாலம் பாரதி பற்றிய நினைவும் பேச்சும் எல்லோரையும் வலிக்க வைத்தது.

படிப்பு முடிந்து நான் கொழும்பில் வேலை செய்ய ரஞ்சன் லண்டனுக்குப் போய்விட்டான். அடுத்தடுத்த வருஷங்களில் நகுலனும் கனடா போனான். உறவினர் மூலமோ சிவநேசன் மாமா மூலமோ பாரதி பற்றிய விபரங்கள் எல்லாம் அவ்வப்போது தெரியவரும். தன் உழைப்பு முயற்சியால் சொந்தமாய் கடை போட்டு முன்னேறி வீடு, வாசல் என்று ஓரளவு வசதியாய்த்தான் பாரதியை யோகேந்திரன் வைத்திருப்பதாய் அறியமுடிந்தது.

ஏதோ பிரிந்து போனாலும் அவள் நன்றாக இருக்கட்டும் என்று மனம் ஆறுதல்பட்டது. எங்களுக்கு கல்யாணங்கள் நடந்த போதும் பாரதிக்கு அப்பா சொல்ல விடவில்லை. எங்களுக்கு மனசு நெருடிக் கொண்டிருந்தாலும் அப்பாவின் வார்த்தைகளை மீற முடியாதவர்களாய் ஆனோம். அம்மாதான் தனிமையில் இருந்து அழுது கொண்டிருப்பா.

சிவநேசன் மாமாவும் மாமியும் ஒரு மகளுடன் கொட்டாஞ்சேனையில் இருக்கிறார்கள். மற்ற இரண்டு மகள்மாரும் வன்னிக்குள் பாரதி வீட்டுக்குப் பக்கத்தில்தான் இருக்கிறார்கள். அம்மா இரண்டு வருஷத்துக்கு முன் இறந்தபோது மாமாவின் மகள் மூலம் அறிந்து பாரதி மாதக்கணக்கில் அழுது கொண்டிருந்தாளாம்.

போன வருஷம் வன்னிக்குள் பிரச்சனைகள் நடந்து கொண்டிருந்த நேரம் ஒரு ஞாயிறு மாலை கொட்டாஞ்சேனைக்கு மாமா வீட்டுக்குப் போயிருந்த போது தற்செயலாய் அந்த நேரம் என்று பாரதி மாமாவுடன் கதைக்க தொலைபேசி எடுத்திருந்தாள். அப்போது மாமா என்னையும் அவளுடன் கதைக்க வைத்தார். ஏழு வருஷங்களுக்குப் பிறகு பாரதியின் குரலைக் கேட்டதும் எனக்கு நெஞ்செல்லாம் அடைத்து விட்டது.

"அண்ணை..." என்று சொல்லி ஒரு நிமிஷம் அழுதாள்.

"எப்பிடி எல்லாரும் இருக்கிறீங்கள்.." என்று குரல் அடைக்க கேட்டாள்.

"நாங்கள் இருக்கிறம். நீங்கள் சுகமாய் இருக்கிறீங்களா..." கவலையுடன் கேட்டேன்.

"இப்ப நாங்கள் மல்லாவியில இல்லை அண்ணை. சனத்தோட சனமாய் வந்து கிளிநொச்சியில தெரிஞ்ச ஒரு ஆட்களின்ர வீட்டில இருக்கிறம்."

ஐந்து நிமிடங்கள் கதைத்தாள். கடைசியாய்

"அப்பாக்கு இன்னும் என்னில இருக்கிற கோபம் போகேலையா..."

அழுகையோடு கேட்டாள். என்ன பதில் சொல்வது என்று தெரியாமல் நான் அமைதியாக நின்றேன்.

"பரவாயில்லை அண்ணை. எப்பவாவது ஒரு நாள் உங்களையெல்லாம் வந்து பார்ப்பன். அப்ப என்ர பிள்ளையளை அப்பாவுக்குக் காட்டுவன். மூத்தவன் சரியாய் அப்பா மாதிரித்தான். நல்ல நிறம். புருவத்தை உயர்த்திக் கொண்டு கதைக்கிற போதும் சிரிக்கிற போதும் அப்பான்ர நினைவுதான் வரும். பிள்ளையளை ஒருக்கா அப்பா பார்த்தாரெண்டால் அவற்ற கோபம் எல்லாம் போயிடும்."

அவளின் குரலில் நம்பிக்கை தெரிந்தது.

"நீ கவலைப்படாத பாரதி. எல்லாம் சரியாகும். அங்கயும் ஒரே பிரச்சனையளாய் இருக்கு. கவனமாய் இருங்கோ. காசு ஏதும் கையில வைச்சிருக்கிறீங்களே..."

"இருக்குது. சமாளிக்கலாம்."

அவளோடு கதைத்தது பெரிய சந்தோஷமாய் இருந்தது. ஒரு நாளைக்கு அவளுடன் அப்பாவைக் கதைக்க வைக்க வேண்டும்

என்று நினைத்து அதைச் செயல்படுத்த முயற்சித்த போது வன்னியில் நிலமைகளும் மாற்றமடைந்து விட்டன.

அப்பா என்னதான் வெளியே வீம்பாகக் காட்டிக் கொண்டாலும் உள்ளுக்குள் அவளைப் பற்றிய தவிப்பு அவருக்கு இருக்கத்தான் செய்தது. மல்லாவியிலிருந்து சனமெல்லாம் இடம் பெயர்ந்து கிளிநொச்சிப் பக்கமாய் போகிறார்கள் என்ற செய்தியில்தான் அப்பாவின் மன உடைவு வெளியே தெரியத் தொடங்கியது. அப்போதுதான் நான் மாமா வீட்டில் நின்று பாரதியுடன் கதைத்ததைச் சொன்னேன். ஏக்கத்துடனும் தவிப்போடும் என்னைப் பார்த்தார்.

"அவையள் இப்ப மல்லாவியில இல்லை. மல்லாவியிலயிருந்து வீட்டு மரம், சீற், சாமான்கள் எல்லாம் றக்ரரில ஏத்தி எடுத்துக்கொண்டு கிளிநொச்சியில போய் இருக்கினம்" என்றேன்.

நாட்கள் நகர நகர மாமா புதிது புதிதாக பல தகவல்களைச் சொன்னார்.

கிளிநொச்சியிலும் இருக்க ஏலாத நிலை வர விசுவமடுவில போய் தெரிந்தவர் காணியில் கொட்டில் போட்டு இருந்தார்களாம். பிறகு அங்கும் இருக்க இயலாத நிலை வர கொஞ்ச உடைமைகளுடன் ஓடிப் போய் உடையார்கட்டில் இருந்ததாகத்தான் கடைசியாய் ஒரு மாதம் முதல் அறிந்தாராம். அதற்குப் பிறகு எந்தக் தகவலும் தெரியவில்லை என்றார். பாரதியாட்களுடன்தான் தனதுமகள்களின் குடும்பங்களும் இருந்தவர்கள் இப்ப என்ன நிலமையோ தெரியேலை என்று பயந்து கொண்டிருந்தார்.

உடையார்கட்டிலும் இருக்க இயலாமல் எழும்பிவேறு எங்காவது போயிருப்பார்கள் என்றே தோன்றுகிறது. ஒவ்வோரு இடம் விட்டும் நகரும் போதும் கொஞ்சம் கொஞ்சமாய் உடைமைகளை இழந்து கடைசியாய் உயிரை மட்டுமே கொண்டு ஓடியிருப்பார்கள்.

பாரதியாட்களுடன் யோகேந்திரனின் தாய், தந்தையும் சேர்ந்து போயிருப்பதாகத்தான் சிவநேசன் மாமா சொல்லியிருந்தார். மாமாவுக்கும் இரண்டு மூன்று மாதங்களாக அவர் மகள்களுடன் ஒரு தொடர்பும் இல்லாமல் போய்விட்டது. அதனால் பாரதியாட்களும் எங்கு போனார்கள் எங்கு இருக்கிறார்கள் என்று ஒரு விபரமும் தெரியவில்லை. ஒவ்வொரு நாளும் செய்திகளைக் கேட்கும் போது தலை விறைத்துப் போகிறது. இணையதளத்தில் தேடித்தேடி

செய்தி பார்த்து காயப்பட்டவர்களினதும் இறந்தவர்களினதும் பெயர்களை வாசிக்கும் பதை பதைப்பு இருக்கிறதே...

அது வார்த்தைகளில் வர்ணிக்க முடியாத வேதனை.

பகல் இரவு என்று பதுங்கு குழிகளில் இருந்தால் சாப்பிட என்ன செய்வார்கள் என்ற நினைப்பில் ஒரு பிடி சாப்பாட்டைக்கூட சாப்பிட முடியவில்லை. பசியைக் குழந்தைகள் எப்படித் தாங்குங்கள்... அதிரும் சத்தங்களைக் கேட்டு எப்படி பயந்து பதறி நடுங்கிப் போகுங்கள்...

அப்பா ஆடிப் போய்விட்டார்.

பாரதிக்கு தான் கொடுத்த தண்டனை அதிகமோ என்ற நினைவில் ஒடுங்கிப் போனார். அந்தப் குற்ற உணர்வுதான் அவர் மனதை அரித்துக் கொண்டேயிருந்தது. எப்படியேனும் ஒரு தடவையாவது அவளைப் பார்த்து விட வேண்டும் என்ற ஒரே விருப்பம்தான் அவரை இயங்க வைத்துக் கொண்டிருக்கிறது.

அப்பா இருமும் சத்தம் கேட்டது.

"இந்தாங்கோ மாமா. சுடச் சுட கொஞ்சம் கோப்பி குடியுங்கோ."

சித்திராவின் குரல் கேட்டது.

என்னால் தொடர்ந்து படுத்திருக்க முடியவில்லை.

வெளியே விடிந்து கொண்டிருந்தது. கண்ணாடி யன்னல் வெளியே இயங்கத் தொடங்கிய காலை நேர கொழும்பு நகரம். ஒவ்வொரு நாளும் மனப்பாரத்துடன் விடியும் பொழுதுகள்.

அப்பாவின் அறையை எட்டிப் பார்த்தேன்.

கட்டிலில் அமர்ந்தபடியே மெல்ல மெல்ல கோப்பியை குடித்துக் கொண்டிருந்தார். அவரைப் பார்க்க நெஞ்சுக்குள் எதுவோ செய்தது.

சோர்ந்த முகமும் நரைத்த முள்ளுத்தாடியுமாக, அப்பாவின் மிடுக்கு, கம்பீரம் எல்லாமே காணாமல் போக வெற்று ஆளாய் அமர்ந்திருந்தார்.

அப்பா எழுந்து ஷேர்ட்டைப் போட்டுக் கொண்டு வெளியே வந்தார்.

"தம்பி... நான் போய் பேப்பர் வாங்கிக் கொண்டு வாறன்."

கதவு திறந்து செருப்பு போட்டுக் கொண்டு வெளியே போனார்.

ஒவ்வொரு நாளும் விடிந்ததும் விடியாததுமாக போய் பேப்பர் வாங்கி வந்து விடுவார். அதில் வரும் வன்னிச் செய்திகளை வரி விடாமல் வாசிப்பார். காயப்பட்டவர்கள், இறந்தவர்கள் என்று வரும் பெயர்களை தேடித் தேடி பார்ப்பார். எத்தனையோ இழப்புகளின் விபரங்கள் வெளியே அறியப்படாமல் போக பத்திரிக்கைகள், இணையதளங்களில் வரும் பெயர் விபரங்கள் மிகவும் குறைவுதான்.

அதையும் தேடிப் படிக்கும் அவரது அந்த நேரப் பதற்றத்தைப் பார்க்க மனது வலிக்கும். பாரதியை அவள் குடும்பத்தோடு எங்களிடம் கொண்டு வந்து சேர்த்துவிடு என்று கடவுளை மன்றாடுவது தவிர வேறு ஒரு வழியும் தெரியவில்லை. அப்படி ஒரு சந்திப்புத்தான் அப்பாவின் மனதை ஆறவைக்கும். குற்ற உணர்ச்சியிலிருந்து அவரை விடுவிக்கும். மிகுதிக் காலங்களை அவர் நிம்மதியாகவும் சந்தோஷமாகவும் வாழ வேண்டுமெனில் அது நடந்தே தீரவேண்டும்.

தேநீர் குடித்துவிட்டு குளிக்கப் போகலாம் என்று எழுந்தேன். தொலைபேசி அழைத்தது. எடுத்து காதில் வைக்க மறுமுனையில் பதற்றமான சிவநேசன் மாமாவின் குரல்.

“வ்வுனியாக்கு வந்த ஆட்கள் சொன்னதெண்டு இப்பதான் பாலா போன் பண்ணிச் சொன்னான். என்னெண்டு நான் அதைச் சொல்லுறது தம்பி... ஐயோ...”

“ஏன் மாமா... என்ன விஷயம்...”

பதறிப் போய் கேட்டேன்.

“பாரதியாட்கள் இடம்பெயர்ந்து தேவிபுரத்தில போகேக்குள்ள அந்த இடத்தில ஷெல் விழுந்து அதுகள் எல்லாம்...”

குரல் தடுமாறியது.

“ஐயோ... என்ன மாமா சொல்லுறீங்கள்... பாரதியாட்கள்...”

“ஓம் தம்பி... எல்லாரும் அதிலயே... அந்த இடத்திலயே...”

“என்ர கடவுளே...”

நெஞ்சு தொண்டை வரை வந்து துடித்தது. உடம்பின் ரத்தமெல்லாம் தண்ணீராய் குளிர்ந்தது போலிருந்தது.

"பாரதி, யோகேந்திரன், பிள்ளையள், யோகேந்திரனின் தாய், தகப்பன் எல்லாரும் அம்பிட்டுப் போய்ச்சினமாம். ஓடிப் போய்க்கொண்டிருந்த சனம்தான் நிண்டு பக்கத்திலயே குழி வெட்டி எல்லாரையும் போட்டு மூடிப் போட்டுப் போனதுகளாம். அதில எங்கட கோபாலுவும் ஒராள். அவன்தான் வவுனியாவுக்கு வந்திருக்கிறானாம். பாலாவைத் தூரத்தில கண்டு கத்திக் கத்திச் சொல்லி அழுதவனாம். நடந்து ரெண்டு கிழமையாச்சுதாம்."

"கடவுளே... இது என்ன கொடுமை மாமா..."

நான் நெஞ்சைப் பிடித்துக் கொண்டு அமர்ந்து விட்டேன்.

வாய் விட்டு அழவேண்டும் போலிருந்தது.

அய்யோ... இன்னும் கொஞ்ச நேரத்தில் அப்பா வந்து விடுவார். பேப்பர் வாங்கி பிரித்துப் பார்த்து பெயர்களைத் தேடி இல்லை என்று ஆகி ஒரு தற்காலிக நிம்மதியோடு வரப்போகிறார். அவரிடம் இந்தச் செய்தியை நான் எப்படி சொல்லப் போகிறேன்... அவர் இதை எப்படி தாங்கிக் கொள்ளப் போகிறார்...

கண்கள் முட்டி வழிய அப்படியே உறைந்து போய் இருந்த என் காதுகளில் அப்பா வாசலில் செருப்பு கழற்றும் ஓசை அறைந்தது போலக் கேட்டது.

தினக்குரல்

15.03.2009

மௌன யுத்தம்

இப்படி ஒரு பிரிவு ஏற்படும் என்று போன மாதம் வரை அவள் நினைத்தும் பார்த்ததில்லை. இத்தனை வருடங்களும் எப்படி இயல்பாய் நகர்ந்து போனதோ அப்படியே இதுவும் இயல்பாய் நடந்தது போலவேதான் இருந்தது.

அவர் அப்படியொன்றும் மோசமானவராய் இருந்ததில்லை என்றுதான் இப்போதும் தோன்றுகிறது. ஒரு நிமிடத்தில் அவள் உணர்ந்த ஆதங்கம், இயலாமை, கையாலாகாத்தனம் எல்லாமாகச் சேர்ந்துதான் அவளை இந்த முடிவை எடுக்க வைத்திருக்க வேண்டும். அவளின் பிரிவு அவரை எந்த வகையிலும் வருத்தப் போவதில்லை என்பதும் அவள் உணர்ந்ததுதான். ஒரு வினாடி நடந்தவற்றை நினைக்கும் போது, தான் எடுத்த முடிவு சிறுபிள்ளைத்தனமானதோ என்றும் தோன்றியது.

அவர் எப்போதுமே அவராகவே இருந்திருக்கிறார். மற்றவர்களுக்காக என்றைக்குமே தன்னை விட்டுக் கொடுத்து நடந்தவரல்ல. அவரோடு வாழ்ந்த காலங்கள், அவரைப் பற்றிய கணிப்பை அப்படித்தான் அவளுக்குள் உணரவைத்திருக்கிறது. அவளைப் பொறுத்தவரை அவர் ஒரு நெகிழ்ச்சியான கணவராக ஒரு போதுமே இருந்ததில்லை. அவரின் படிப்பு, மேதாவித்தனம், கர்வம் இவையெல்லாம் அவரிடமிருந்து அவளை ஒரு படி தள்ளியே வைத்திருந்தது. மனைவி என்பவள் இப்படித்தான் இருக்கவேண்டும் என ஒரு வரையறை அவருக்குள் இருந்தது. குடும்பம் என்றால் இந்த விதமாகத்தான் இருக்கவேண்டும் என்று எழுதாத சட்டத்தை

அவர் ஆரம்பம் முதலே அமுல்படுத்தியிருந்தார். அது உனக்கானது இது எனக்கானது என்று நகரும் வாழ்க்கை. சண்டை இல்லை... குரல் உயர்த்தல் இல்லை... அதிமேதாவித்தனத்துடன் ஆன மௌனமான யுத்தம்.

திருமணமான புதிதிலேயே அவரது இயல்பை அவள் ஓரளவுக்கு ஊகித்துக் கொண்டாள். மனைவியுடன் சிரித்துப் பேசினாலே அவளுக்கு இடம் கொடுத்ததாய் போய்விடும் என்ற பயம் அவருக்குள் இருந்தது. அந்தப் பயமே அவர்களுக்குள் ஒரு இடைவெளியை ஏற்படுத்தியிருந்தது.

அவருக்கு நண்பர்கள் என்று வந்து போகின்றவர்களும் மிகச் சிலரே. ஞாயிற்றுக்கிழமை மாலை நேரத்தில் வந்து அமர்ந்து மணிக்கணக்கில் பேசிக்கொண்டிருப்பார்கள். அவள் சிறு முறுவலுடன் ஒரு தேனீரோ, கோப்பியோ கொடுத்து விட்டு ஒதுங்கிக் கொள்வாள். அவர்கள் பேசிக்கொள்ளும் பல விடயங்கள் அவளுக்குப் புரிவதில்லை. இலங்கை அரசியலிருந்து உலக அரசியல் வரை பேசும் விஷயங்களை கவனிக்கும் ஆர்வமும் இருந்ததில்லை.

பல்கலைக்கழகப் படிப்பு வெறும் பாடப்புத்தகங்களுடனேயே போய்விட்டது. அவை தாண்டிய வேறு விடயங்களில் கவனம் போனதில்லை. அதனால் உலக விஷயங்களில் மனம் ஒன்றவில்லை. சிறு வயதிலிருந்தே அவள் அமைதியான பெண்ணாகவே வளர்ந்திருக்கிறாள். தனக்கு என்ன தோன்றுகின்றதோ, தனக்கு எது இயல்பாக அமைகிறதோ அதன்படியே நடந்து கொண்டிருக்கிறாள். அவளால் யாருக்கும் அநீதி நிகழ்ந்ததில்லை. யார் மனதையும் காயப்படுத்தியதில்லை. அவளுக்கு இப்போதும் ஞாபகம் இருக்கிறது.

“இந்தப் பிள்ளை பின் நாளில் கஷ்டப்படப் போகுது. இப்பிடி எதுவுமே தெரியாமல் தன் பாட்டில இருக்கிறவளை வாறவன் பேய்க்காட்டப் போறான்.”

அப்பா ஆதங்கத்தோடு அடிக்கடி சொல்லும் வார்த்தைகள் இவை.

அந்த வார்த்தைகளின் அர்த்தம் அவளுக்கு அப்போதும் புரியவில்லை. பிற்காலங்களிலும் புரியவில்லை.

திருமணப்பேச்சு நடந்த போதும் அப்பா சரியாகப் பயந்தார். அவளுக்குப் பார்த்த மாப்பிள்ளை பற்றி ஊருக்குள் நல்ல

மதிப்பும் மரியாதையும் இருந்தது. படித்தவர், உலக அறிவுள்ளவர், பேச்சாற்றல் உள்ளவர். அவரோடு போய் இந்தப் பெண் எப்படி சமாளித்து வாழப்போகிறாளோ என்று கவலைப்பட்டார். புத்தகப் படிப்பு தவிர வேறு உலக அறிவு அவளுக்குக் கிடையாது என்பதில் அப்பாவுக்கு பெரும் ஆதங்கம் இருந்தது. இருவரது குணங்களும் ஒத்துப் போகுமா என்று நிறைய யோசித்தார். அப்பா தேவையில்லாமல் நிறைய யோசிப்பதாக அன்று அவளுக்குத் தோன்றியது.

திருமணமான ஆரம்ப நாட்களில் அவளுடைய இயல்பைப் பார்த்து அவருக்கு சிறிது ஏமாற்றம் ஏற்படத்தான் செய்தது. தன்னுடைய அறிவுக்கும் ஆற்றலுக்கும் ஏற்றவளாய் அவள் இருக்கப் போவதில்லை என்று அவருக்குத் தோன்றிவிட்டது. ஆனாலும் அவளால் தனக்கு எந்த இடையூறும் ஏற்படப் போவதில்லை எனவும் புரிந்து கொண்டார்.

அவள் ஒரு பிரபல கல்லூரியில் ஆசிரியையாக இருந்தாள். அதிகாலையிலேயே எழுந்து சமையல் வேலைகளை முடித்து வீட்டையும் பளிச்சென்று துப்பரவாக வைத்து வேலைக்கும் போய் வந்து கொண்டிருந்தாள். வீட்டு வேலைகளில் அவர் எந்த உதவியும் செய்வதில்லை. அவளும் அதை எதிர்பார்ப்பதில்லை. வீட்டில் இருக்கும் நேரங்களில் பத்திரிகைகள் படிப்பார். தொலைக்காட்சியில் செய்திகள் பார்ப்பார். அல்லது யாருடனாவது கைபேசியில் கதைத்துக் கொண்டிருப்பார்.

குழந்தைகள் பிறந்த நேரத்திலிருந்து அவர்கள் கொஞ்சம் வளரும் வரைக்கும் அம்மா வந்து அவர்களுடன் இருந்தாள். அம்மா போன பின் அவள்தான் தனியே சமாளிக்க வேண்டியதாயிற்று. அவரின் அம்மா மகளுடன் போய் கொழும்பில் இருக்கின்றார். யாழ்ப்பாணப் பக்கமே அதிகம் வருவதில்லை. மகனோடு உறவு சுமுகமாக இல்லை.

அவ்வப்போது அவளுடன் மட்டும் கைபேசியில் அழைத்து பேசிக் கொள்வார்.

தனியே எல்லாம் செய்து பழகிவிட்டது. தலைவலி காய்ச்சல் என்று வந்தாலும் ரெண்டு பன்டோலைப் போட்டுக் கொண்டு தன் வேலைகளைக் கவனிப்பாள். காய்ச்சலுடன் வேலை செய்கிறாளே என்ற ஆதங்கமும் அவருக்கு ஏற்படுவதாக தெரிவதில்லை. இப்படி

எந்த சலனமுமில்லாமல் அவரவர் வேலையைப் பார்த்துக் கொண்டு இயல்பாய் இருந்தபோதுதான் அந்த சம்பவம் நிகழ்ந்தது.

நினைத்துப் பார்த்தால் அது ஒரு சாதாரண நிகழ்வுதான். ஒருவேளை அதுவரையில் மனதுக்குள் புகைந்து கொண்டிருந்த கையாலாகாத்தனம்தான் அந்த ஒரு நொடியில் வெடித்துக் கிளம்பியதோ தெரியவில்லை. அவரை விட்டு குழந்தைகளையும் கூட்டிக் கொண்டு வீட்டிலிருந்து வெறியேறும் தீர்மானம் ஒரே நிமிடத்தில் அவளுக்குள் உருவான நேரம் அது.

இம்முறை காய்ச்சல் வந்து அவளை சரியாக வாட்டிவிட்டது. அவளும் பனடோல் போட்டுப் பார்த்தாள். மல்லித் தண்ணீர் வைத்துக் குடித்துப் பார்த்தாள். எதற்கும் கேட்காமல் காய்ச்சல் தொடர்ந்து இருந்தது. உடம்பில் ஊசியாகக் குத்தியது. தலை தொடர்ச்சியாக வலித்துக் கொண்டிருந்தது. இயலாத்தனத்துடன் சமையலை ஒருவாறு முடித்து விட்டு சுருண்டு படுத்துக் கொண்டாள். இத்தனை வேலை செய்யும் போது கூட அவர் வந்து என்ன ஏதென்று கேட்கவில்லை. என்ன மனிதர் இவர். அந்த ஆதங்கம் கண்களில் நீராய் திரண்டது. ஒரு வாய் சாப்பிட முடியவில்லை. வாய் கசந்து தொண்டை வரண்டு போயிருந்தது. சுடச் சுட ஒரு கோப்பி குடித்தால் நன்றாய் இருக்கும். ஆனால் எழுந்து செல்ல உடம்பு ஒத்துழைக்கவில்லை. அன்று ஞாயிற்றுக்கிழமை என்பதால் அவரும் வீட்டில்தான் இருந்தார். மதியம் அவள் படுத்திருப்பதைப் பார்த்துவிட்டு தானே போய் எடுத்துப் போட்டு சாப்பிட்டார். வழமையாக அவள் இப்படி படுத்திருப்பதில்லை. அது தெரிந்தும் தன்னை வந்து அவர் எதுவும் கேட்காதது அவள் மனதை வருத்தியது. மூடிய கண்களிலிருந்து சூடான நீர்த்துளிகள் கன்னத்தில் வழிந்தது.

மாலை நான்கு மணி போல அவரது நண்பர்கள் வந்து முன் மண்டபத்தில் அமர்ந்து பேசிக் கொண்டிருந்தார்கள். அவர்களது பேச்சுக்குரல் அவளுக்கும் கேட்டது. கோப்பி போட்டுக் கொடுக்க எழும்ப முடியவில்லை. சில நிமிடங்களில் அவராக வந்து,

"அவையளுக்கு டீயோ கோப்பியோ போட்டு வந்து தருவீரா" என்று கேட்டார்.

"எழும்பவே என்னால ஏலாமல் கிடக்கு" என்று முனகினாள்.

அவர் எதுவும் பேசாமல் போய் தண்ணீரைக் கொதிக்க வைத்தார். மேல் தட்டிலிருந்து கோப்பிப் போத்தலையும் சீனிப் போத்தலையும் தேடித் தேடி எடுத்தார். தனக்கும் ஒரு கோப்பி போட்டுத் தர ஏலுமா என்று கேட்கலாமா என்று நினைத்தாள். தயக்கமாய் இருந்தது.

ஆனாலும் இயலாத்தனம் அவரிடம் கேட்கவைத்தது. திறந்திருந்த கதவின் வழி பார்த்து "எனக்கும் ஒரு கோப்பி தாறீங்களே..." என்று மெலிந்த குரலில் கேட்டாள்.

அவர் எதுவும் பேசாமல் கோப்பியைப் போட்டு கப்புகளில் நிறைத்து நண்பர்களுக்குக் கொண்டு போய்க் கொடுத்து விட்டு உள்ளே வந்தார். ஒரு கப்பை அவளிடம் நீட்டினார். பெரும் ஆறுதலோடு வாங்கிக் கொண்டாள். தாங்ஸ் என்று சொல்லத் தோன்றியது.

சொன்னால் டோன்ற் மென்ஷன் என்பார்.

கோப்பி குடிக்கும் போது ஒன்று தோன்றியது. அவருக்கு கோப்பி போடத்தெரியும் என்பதே இப்போதுதான் தெரிந்தது. அவளுக்கு போட்டுக் கொடுப்பதை கௌரவப் பிரச்சனையாய் உணர்வது அவர் முகத்தில் தெளிவாய்த் தெரிந்தது. இதை அவள் ஒரு சலுகையாக எடுத்து வழக்கப்படுத்திக் கொண்டு விடுவாளோ என்ற லேசான பயமும் அவர் கண்களில் மின்னியதை அவள் கவனித்தாள்.

அவமானமாக இருந்தது.

தான் இல்லாத வீட்டு நிலமையை அவர் உணரவேண்டும். அந்த கஷ்டம் எத்தகையது என்பதை தெரிந்து கொள்ளவேண்டும் என்ற ஆவேசம் ஒரு வினாடியில் எழுந்தது. இவ்வளவு காலமும் சாதாரணமாய் எடுத்துக் கொண்ட விடயங்கள் எல்லாம் இப்போது விஸ்வரூபம் எடுத்து நின்றது. எப்படித்தான் இந்த மனிதரோடு இத்தனை காலம் வாழ்ந்தேனோ என்று மனம் கலங்கியது.

அவள் பிள்ளைகளை அழைத்துக் கொண்டு அம்மா வீட்டுக்கு வந்தாள். அவள் வந்தது பற்றி அப்பாதான் அவருக்கு தகவல் சொன்னார். அவர் அமைதியாக இருந்துவிட்டார். ஒரு தடவை கூட வந்து பார்க்கவில்லை. என்ன ஏது என்று விசாரிக்கவும் இல்லை. அப்படி வந்து பார்க்கக் கூடிய ஆள் அவர் இல்லை என்பது அவளுக்கு நெரிந்த விஷயம்தான். அதனால் அவள்

அவரை எதிர்பார்க்கவும் இல்லை. வெளியேறி வந்து இப்போது ஒரு மாதமாகிறது.

அப்பாவுக்குத்தான் வேலை அதிகமானது. குழந்தைகளை பாடசாலை கூட்டிப் போவதும் கூட்டி வருவதும் அவர்தான். ஏதோ பிரச்சனை என்ற அளவில் அப்பா புரிந்து கொண்டார். நேரடியாக எதுவும் கேட்கவில்லை. அம்மாதான் "ஏதும் பிரச்சனையாடி... தனிய பிள்ளையளோட வந்திருக்கிறாய்..." என்று கேட்டாள். அவள் எதுவும் பேசவில்லை. அம்மா கவலையோடு பார்த்துக் கொண்டிருந்தாள்.

அனுசரித்துப் போறதுதான் வாழ்க்கை என்று அப்பா சொல்லிக் கொண்டிருந்தார்...

அப்போதும் அவள் பேசாமல்தான் இருந்தாள்.

அவள் மட்டும்தான் அனுசரித்து நடக்க வேண்டுமா... அவருக்கு அந்தப் பொறுப்பு இல்லையா... அவருக்கு அதை யாரும் சொல்ல மாட்டார்களா... எந்த அனுசரிப்பும் இல்லாமல் அவர் அவராகவேதான் இத்தனை காலமும் இருந்தார். அவள்தான் எல்லாவற்றையும் பொறுத்துக் கொள்ள வேண்டியிருக்கிறது.

ஒரு மாதகாலமும் கொஞ்சம் சிரமத்துடனே நகர்ந்தது. இந்த வீட்டிலும் இயல்பாக இருக்க முடியவில்லை. அம்மா பதட்டப்பட ஆரம்பித்தாள்.

"என்னடி அவர் வரவும் இல்லை. போனில் கூட பேசேலை... உங்களுக்குள்ள என்ன பிரச்சனை... எதுவெண்டாலும் பொறுத்துப் போ பிள்ளையளுக்காக..."

அவள் அமைதியாக இருந்தாள்.

இங்கே வந்த பின்தான் இந்த வாழ்க்கை இன்னும் சிரமமோ என்று தோன்றியது. ஒரு மாதம் போனதில் மனம் நிதானத்துக்கு வந்தது. குழந்தைகளைப் பார்க்கும் போது மனம் சங்கடப்பட்டது.

அவரிடம் இருக்கக் கூடிய நல்ல விஷயங்களை மனதோடு அலசினாள். திரும்ப தங்கள் வீட்டுக்கே போய் விடலாம் என்று தீர்மானித்தாள்.

அவளுக்குத் தெரியும் திரும்பிப் போகும் போது வா என்று கூட அவர் சொல்ல மாட்டார்.

வா என்று சொன்னால் தன் கௌரவத்துக்கு குறைச்சல் என்றுதான் நினைப்பார். அவள் வெளியேறி வந்ததற்கு எப்படி வருந்தவில்லையோ அதே போல் திரும்பிப் போகும் போது வரவேற்கப் போவதுமில்லை. அந்த திமிர் எதையும் அனுசரித்துப் போகவிடாது. இது அவளுக்குத் தெரிந்ததுதான். ஆனாலும் திரும்பிப் போவதற்கு ஆயத்தமானாள்.

ஏதோ காலைதான் வீட்டிலிருந்து புறப்பட்டுப் போய் மாலை வீடு திரும்புவது போல அவள் குழந்தைகளுடன் நிதானமாக தங்கள் வீட்டினுள் நுழைந்தாள். கதிரையில் அமர்ந்து பத்திரிகை படித்துக் கொண்டிருந்தவர் காலடிச் சத்தம் கேட்டுத் திரும்பிப் பார்த்தார். வழக்கம் போல் முகத்தில் எந்த உணர்வும் இல்லை. ஆனாலும் வாய் அசைந்து "வாரும்" என்றது.

தாயகம்
ஒக்டோபர் 2012

எதிர்பார்ப்பு

ஒரு விஷயம் சொல்ல வேண்டும். கயலுக்காக காத்திருக்கிறேன். அவள் வேலை முடிந்து வர எப்படியும் ஏழு மணியாகி விடும். மனதுக்குள் என்னமோ நெருடிக்கொண்டிருக்கிறது.

எந்த விதமாக அவளுக்கு இதைச்சொல்வது... நான் சொன்னதும் "மறுபடியுமா அப்பா..." என்று சலித்துக்கொள்வாளோ...

தேசம் விட்டு தேசம் வந்தாலும் பெண்ணின் திருமணம் என்பது பிரச்சனைக்கானதுதானா...

ஊரில் நிலமை வேறு. இங்கே அவுஸ்திரேலியாவில் நிலமை வேறு.

எவ்வளவு யோசிக்க வேண்டியிருக்கிறது.

மறுபடி ஒரு ஆரம்பம் என்றுதான் இந்த தடவை நினைத்தேன்.

நல்லதாய் எல்லாம் நடக்கவேண்டும் என்ற ஆவலுக்கும் போனதடவை மாதிரி ஆகிவிடுமோ என்ற பதட்டத்துக்கும் இடையே மனசு கிடந்து அல்லாடியதற்கு ஒரு முடிவு வந்து விட்டது.

குகதாசன் சொல்வதும் சரிதான். இங்கே வளரும் பிள்ளைகள் கதைத்து பழகி மனசுக்குப் பிடித்தால்தான் கல்யாணம் செய்ய சம்மதிக்கிறார்கள். பெற்றவர்கள் வயிற்றில் நெருப்பைக் கட்டிக் கொண்டு இருக்க வேண்டியதுதான். பிறதேசம் வந்தாலும் இந்த ஊருடன் ஒத்துவாழ முனைந்தாலும் மனதின் அடியில்

ஊறிப்போயிருந்த எங்கள் மண்ணின் பழக்க வழக்கங்களிலிருந்து விடுபட முடியாமல்தான் இருக்கிறது. இங்கே உள்ள பெற்றோருக்கு பெண்ணின் திருமணம் என்பது பயமுறுத்தும் விஷயமாய் மாறிவிட்டது.

இப்படியான நேரங்களில் நந்தினியின் நினைவு ஆதங்கத்தோடு எழுந்து நிற்கும். அவள் இருந்தால் நான் இவ்வளவு தூரம் யோசிக்க வேண்டியதில்லை. மூன்று வருஷத்துக்கு முன் இப்படித்தான் ஒரு மாலை நேரம் மயங்கி விழுந்த நந்தினியை சிட்னி வெஸ்ற்மீற் ஆஸ்பத்திரிக்கு கொண்டு போய் சேர்த்திருந்தோம். பத்து மணி நேர சிகிச்சை பலனின்றி எம்மை விட்டு பிரிந்து போனாள். மாரடைப்பு என்றார்கள். அன்பைத்தவிர வேறு ஏதும் அறியாத பெண். அந்த இதயத்துக்குள் அடைப்பு எப்படி வந்தது என்று புரியவில்லை.

அவுஸ்திரேலியாவுக்கு திருமணமாகி வந்த இரண்டாவது வருடத்தில் பிறந்தவள் கயல். ஒரே பெண்ணை நல்ல விதமாக வளர்த்ததில் நந்தினிக்கே முழுப்பங்கும் இருந்தது. இந்த மண்ணில் பிறந்து வளர்ந்தாலும் கயல் அத்தனை அழகாக தமிழ் கதைப்பாள். தமிழ் பாடசாலைக்கு கூட்டிப் போவதும் கலை நிகழ்வுகளில் பங்கு பற்ற வைப்பதும் வீட்டில் இருக்கும் போது முழுக்க முழுக்க தமிழில் கதைப்பதுமாக நந்தினிதான் பார்த்துப் பார்த்துக் கவனிப்பாள். கயலை தைரியம் கொண்ட பெண்ணாகத்தான் வளர்த்திருந்தாள்.

நந்தினி பிரிந்த நேரம் உலகமே இடிந்தது போன்ற துயரத்தில் இருந்த என்னை தைரியம் சொல்லி மீண்டெழ வைத்தது கயல்தான். நானும் கயலுமான எங்கள் உலகத்தில் ஒரு தாயின் பரிவோடு என்னை கவனித்துக்கொண்டவள் அவள். போன ஏப்ரலில் குகதாசன் வந்து முதல் தடவையாக கல்யாணப் பேச்சை எடுத்த போது "ஐயோ அங்கிள் எனக்கு இப்ப எதுக்கு கல்யாணம். இப்பதான் யூனிவர்சிற்றி முடிச்சு வேலைக்குப்போகத் தொடங்கியிருக்கிறன். நாலைஞ்சு வருஷம் போகட்டும்" என்று சொல்லி விட்டாள். எனக்குத் தெரியும் தான் போய் விட்டால் அப்பாவை யார் கவனிப்பது என்ற கலக்கம் அவள் மனதில் இருந்திருக்கும்... அதற்காக பெண்ணை என்னோடு எவ்வளவு நாள் வைத்திருக்க முடியும்... என்றோ ஒரு நாள் அந்த பிரிவு நிகழத்தான் போகிறது. அதற்கு நான் எப்போதும் தயாராக இருக்க வேண்டும்.

ஏப்ரலில் முதல் தடவையாக குகதாசன் பேசிய சம்பந்தம் சரிவரவில்லை. கன்பராவில் இருப்பவர்கள். குகதாசனுக்கு தெரிந்தவர்கள் மூலம் வந்த சம்பந்தம். பெடியன் எஞ்சினியராய் வேலை செய்யுதாம்.

"கயலோட கதைக்கவேணும் எண்டு பெடியன் கேட்குதாம்" என்று குகதாசன் என்னைக் கேட்டபோது கொஞ்சம் தயக்கமாகத்தான் இருந்தது.

"இப்பத்த பிள்ளையள் கதைச்சுப்பார்க்காமல் செய்ய வராதுகள். கதைச்சுப்பழகி பிடிச்சிருந்தால்தான் ஓம் எண்டு கலியாணம் செய்யுங்கள். ஊரோட ஒத்ததாய் போச்சு. நாங்கள் மட்டும் மறுக்க ஏலுமே..."

குகதாசன் சொல்வதிலும் உண்மை இருக்கத்தான் செய்தது.

ஒரு மாதம் கயலோடு போனில் கதைத்து ஒரு தடவை நேரிலும் வந்து சந்தித்த பின் தனக்கு விருப்பமில்லை என்று அந்தப் பையன் சொன்ன போது வருத்தமாக இருந்தது.

"கயலை பிடிக்கேலை எண்டால் என்ன காரணமாம்" குகதாசனிடம் கேட்டேன்.

"கயலின்ர குணம் தனக்கு ஒத்துவராதாம். கயல் கல கலவெண்டு கதைக்கிறாளாம். தான் நினைச்சதை செய்யிற பிடிவாத குணம் இருக்காம். இப்பிடி றாங்கியாய் இருக்கிற பிள்ளை தன்னோட ஒத்து நடக்காதாம்... அந்தப் பெடியனின்ர காரணங்கள் அது. அதை விட்டுத்தள்ளு. சில பெடியளுக்கு தங்களை மிஞ்சி பொம்பிளை இருந்திடக்கூடாது எண்ட நினைப்பு. இந்த இடம் போனா போகட்டும். நாங்கள் வேற இடம் பாப்பம்."

குகதாசன் சமாதானமாகச் சொன்னாலும் மனதுக்குள் இருந்த வருத்தம் மாறாமலே இருந்தது. ஒரு பெண்ணின் தன்னம்பிக்கையும் தைரியமும் அகம்பாவம் என்று எடுத்துக்கொள்ளப்படுமா... புரியவில்லை... எனக்குத்தான் கவலை இருந்தது. கயல் அதைப்பற்றிய எந்தப் பாதிப்பும் இல்லாமல் இயல்பாக இருந்தாள். வழமை போல் வேலைக்குப் போய் வந்தாள். இரவில் அவளுக்கு பிடித்தமான சாப்பாட்டை அவள் வருவதற்கு முன் செய்து வைத்து விடுவேன். தாங்ஸ் அப்பா என்று சொல்லி ரசித்து சாப்பிடுவாள். தொலைக்காட்சி பார்ப்பாள். அலுவலகத்தின் வேலை தொடர்பான பல விஷயங்கள் பேசுவாள். ஒன்பது

மணிக்கு மேல் "படுக்கப்போறன் அப்பா குட்நைற்" என்று சொல்லி தன் அறைக்குப் போவாள். ஒரு மணி நேரத்துக்கு ஏ.ஆர். ரஹ்மானின் பாட்டுக்கள் கேட்டுக்கொண்டிருக்கும். நான்தான் இவளை நினைத்து கொஞ்சம் அதிகமாக குழம்பிப் போகிறேனோ என்று தோன்றும்.

என் மனதுக்குள் ஏதும் வருத்தங்கள் இருந்தால் சிட்னி முருகன் கோவிலுக்கு போய் அமைதியாய் இருந்து விட்டு வருவேன். வெள்ளிக்கிழமை இரவு ஏழு மணிப் பூஜையில் கலந்து கொள்வது எனக்கு மிகவும் பிடித்தமான ஒன்று. ஏனோ அந்த நேரம் மனதுக்கு கொஞ்சம் ஆறுதல் கிடைப்பது போல் உணர்வேன். அன்றும் ஒரு வெள்ளிக்கிழமை... கோயிலுக்கு போனபோது செந்தில்நாதனைப் பார்த்தேன். அவர் நந்தினியின் தூரத்துச் சொந்தம். மாமா முறை. நந்தினி இருந்த போது வீட்டுக்கு வந்திருக்கிறார். பின்னர் இப்படி எங்காவது பார்த்தால் நின்று நலம் விசாரித்துக் கொள்வார். கோவில் பூஜை முடிந்து மண்டபத்தில் சிறிது நேரம் அமர்ந்திருந்துவிட்டு வெளி வாசலுக்கு வந்த போது என்னைப் பார்த்து விட்டு வந்து கதைத்தார்.

"கயலுக்கு கன்பராவில கலியாணம் பேசினீங்களாம். அது சரி வரேலை எண்டு அறிஞ்சன்."

எனக்குத் 'திக்' என்றது.

இவர் வரைக்கும் கதை போயிருக்கிறதா... என்ற குழப்பத்துடன் 'ம்' என்று தலையசைத்தேன்.

"அவையள் என்ர மிஸிஸின்ர சொந்தக்காரர்தான். அவையள் இதுக்கு முந்தியும் ரெண்டு இடத்தில கலியாணம் பேசி பெடியன் ஒவ்வொருதரோடயும் கதைச்சு கதைச்சுப் பார்த்து பிறகு பிடிக்கேலை பிடிக்கேலை எண்டு சொல்லியிட்டுதாம். கயலைப் பேசினது முதலே தெரிஞ்சிருந்தால் நான் மறிச்சிருப்பன். ஒரு சொல்லு எனக்குச் சொல்லேலை பாருங்கோ."

என் மீது குற்றம் சுமத்துவது போல் குரல் உயர்த்திச் சொன்னார்.

நான் பேசாமல் கோயில் வாசலைப் பார்த்துக் கொண்டு நின்றேன்.

"இப்பத்த பெடியள் கதைச்சுக் கதைச்சு என்னத்த கண்டு பிடிக்குதுகளோ தெரியேலை. ஏன்பாருங்கோ பொம்பிளைப் பிள்ளையளும் சில இடங்களில அப்பிடித்தான். பிள்ளையளைப்

பெத்த நாங்கள் இப்பவெல்லாம் வெறும் பார்வையாளர்கள்தான். முடிவெடுக்க ஏலாது. இதுதான் இப்ப உள்ள நிலமை. சரி. நான் வாறன். எங்கையாவது நல்ல இடம் இருந்தால் சொல்லுறன்”

என்று சொல்லி அவர் போன பின்பும் சிறிது நேரம் அந்த வாசலிலேயே நின்று கொண்டிருந்தேன். முருகா நீதான் ஒரு நல்ல வழி காட்ட வேண்டும் என்று மனசு வேண்டியது.

நாலைந்து மாதங்கள் அமைதியாய் நகர்ந்த பின் திரும்பவும் ஒரு சம்பந்தம் குகதாசன் மூலம் வந்தது. சிட்னியில் ஹோம்புஷ்ஷில் இருந்தார்கள். அரை மணி நேரத் தூரம்தான்.

“ஒருக்கா எல்லாரும் சந்திக்கலாமோ எண்டு அவையள் கேக்கினம்” என்றார்.

எனக்கும் அது சரி என்று தோன்றியது.

“எங்க சந்திக்கலாம். ஏதும் சொன்னவையே.”

“ஹோம்புஷ்ஷில பேர்லிங்டன் றோட்டில இருக்கிற ஜனனி ரெஸ்ரோரண்டில வாற ஞாயிற்றுக்கிழமை பின்னேரம் சந்திக்கலாமாம். உங்களுக்கும் ஓக்கே எண்டால் அவையிட்ட சொல்லி விடுறன்.”

“சரி சந்திப்பம்.”

“அந்தப் பையன் நிரஞ்சன் தான் கயலோட கதைச்சுப் பார்க்க வேணும் எண்டு சொன்னதாம்.”

இதைக்கேட்டதும் மனதுக்குள் ஒரு வித பய உணர்வு...

“கதைச்சாப்பிறகு போன தடவை மாதிரி வந்திட்டால் என்ன செய்யிறது...”

“நெடுகவும் ஒரே மாதிரி நடக்கப் போகுதே. இப்ப உள்ள நிலமையை ஒத்துத்தான் நாங்களும் நடக்க வேணும். எங்கட காலம் மாதிரி இப்பவும் இருக்குமோ சொல்லுங்கோ... நீங்கள் யோசிக்காதேங்கோ... கதைக்கட்டுமன் பார்ப்பம்.”

எனக்கு என்னமோ யோசனையாகத்தான் இருந்தது. ஆனாலும் ஞாயிற்றுக்கிழமை சந்திப்புக்குப்பிறகு மனதுக்குள் ஒரு வித நம்பிக்கை ஏற்பட்டது உண்மைதான். தாய் தகப்பனைப் பார்க்க நல்லவர்களாகத் தெரிந்தார்கள். அந்தப் பையன் நிரஞ்சன் வந்து

என் கைகளைக் குலுக்கி இயல்பாய்க் கதைத்த போது நல்ல பிள்ளை என்றே தோன்றியது.

அதன் பிறகு அந்தப் பையன் கயலுடன் தொலைபேசியில் கதைக்கத்தொடங்கி ஒரு மாதத்திற்கும் மேலாகிய போது கொஞ்சம் பதட்டமாக இருந்தது.

'அளவாய் கதைத்துக்கொள் கயல். கலகலப்பாய் இருக்கிறது கூட பலருக்குப் பிடிக்கிறதில்லை' என்று கயலிடம் சொல்லலாமா என்று கூட யோசித்தேன். ஆனால் சொல்ல வாய் வரவில்லை.

அவளின் இயல்பிலிருந்து அவள் ஏன் மாறவேண்டும்.

இரண்டு மாதத்துக்கும் மேலாகியது. எந்த வேலையிலும் ஈடுபட முடியாமல் மனம் தத்தளித்துக் கொண்டிருந்தது

நான் குகதாசனிடம், "அவையள் ஒரு முடிவும் சொல்லேலை. இப்பிடியே கதைச்சுக் கொண்டிருக்கிறதும் சரியில்லை. என்ன முடிவு எண்டு ஒருக்கா கேட்டுப்பாருங்கோ" என்றேன்.

"தாய் தகப்பனுக்கு கயலைச் செய்ய நல்ல விருப்பம். பெடியன்தான் இன்னும் கொஞ்ச நாளில தன்ர முடிவைச் சொல்லுறன் எண்டு சொல்லுதாம்.. கொஞ்சம் பொறுத்துக் கொள்ளுங்கோ. தம்பி முடிவைச் சொல்லட்டும் எண்டு சொல்லுகினம். கொஞ்ச நாள் பார்ப்பம்."

குகதாசன் என்னவோ தைரியமாகத்தான் சொன்னார். எனக்குத்தான் ஒரே மனக்குழப்பமாக இருந்தது. அன்று இரவு சாப்பிடும் போது "எப்பிடி கயல்... நிரஞ்சன் என்னவாம்" என்று பொதுவாக கேட்டேன்.

"நான் அதிகம் கதைக்கிறேலை அப்பா. நிரஞ்சன் இடைக்கிடை எடுத்துக் கதைப்பார். தன்ர அக்காவின்ர மகளின்ர பேர்த்டேக்கு என்னை பிரிஸ்பேர்னுக்கு வரச்சொல்லிக் கேட்டவர். நான் வரேலை எண்டு சொல்லியிட்டன். பிறகு இப்ப இங்க சிட்னியில நியூஇயர் பார்ட்டிக்கும் வரச் சொல்லி கேட்டவர். நான் போகேலை."

கயல் சொல்லிக்கொண்டே போனாள். கயல் நிதானமாகத்தான் நடந்து கொள்கிறாள். சரிபிழைகளை தீர்மானிக்கத் தெரிந்த பெண். ஆனால் பெற்ற மனம்தான் பதகளிப்படுகிறது.

ஒரு முடிவுக்கு வருவதற்கு இன்னும் எத்தனை நாட்கள் அந்தப் பையனுக்குத் தேவைப்படும். ஒவ்வொரு நாளும் நகர்வது பெரும்பாடாய் இருந்தது. எந்த முடிவையாவது சொல்லி விட்டால் நல்லது போலிருந்தது. இந்த தவிப்பு மிச்சமாகுமே.

இன்று மாலை ஐந்து மணியளவிலேயே வீட்டுக்கு வந்து விட்டேன். கைபேசியில் இரண்டு தடவை குகதாசன் அழைத்திருந்தார். பார்த்து விட்டு அவருக்கு எடுத்தேன். அவர் சொன்ன விஷயம் எல்லா தவிப்புக்கும் முடிவைச் சொல்லி விட்டது. உடைகளை மாற்றி விட்டு தேனீர் போட்டுக் குடித்தேன். கயலுக்குப் பிடித்த நூடில்ஸ் செய்து வைத்தேன். சோபாவில் அமர்ந்து கயலுக்காக காத்திருக்கிறேன்.

ஏழரை மணி கடந்த போது கயல் வந்தாள். களைத்துப்போய் வந்தவள் குளித்து விட்டு சாப்பிட வந்தாள். இருவரும் ஒருவருக்கொருவர் பரிமாறிக் கொண்டு சாப்பிட்டோம்.

“நூடில்ஸ் நல்லாய் இருக்கப்பா. தாங்ஸ்” என்று ரசித்து சாப்பிட்டாள். கை கழுவி விட்டு பாத்திரங்களை கழுவி அடுக்கி வைத்து விட்டு தொலைக்காட்சி முன் அமர்ந்தாள்.

எப்படி சொல்வது... அவள் எப்படி எடுத்துக் கொள்வாளோ... என்ற கவலையோடு அவள் முகத்தைப் பார்த்தேன்.

“என்னப்பா... ஏதும் விஷயமா... யோசிச்சுக்கொண்டிருக்கிறீங்கள்...” என்று திரும்பிக் கேட்டாள். நான் தயக்கத்துடன் “குகதாசன் அங்கிள் போன் பண்ணினவர் கயல்” என்றேன்.

“என்னவாம்?” பார்வையை தொலைக்காட்சியில் பதித்தபடி கேட்டாள்.

“அது... நிரஞ்சன்ர விஷயம்... அது சரி வரேலை.”

“ம். ஓக்கே.”

“தாய் தகப்பனுக்கு விருப்பம்தானாம். ஆனா என்னமோ நிரஞ்சனுக்கு பிடிக்கேலையாம்.”

“அப்பா அதை ஏன் கவலையோட சொல்லுறீங்கள்.”

“கயல் உனக்கு...”

"எனக்கென்னப்பா. சரி அதை விடுங்கோ... ஏன் பிடிக்கேலை எண்டு காரணம் சொல்லேலையாமா?"

"நீ அவ்வளவாய் கதைச்சுப் பழகிறாயில்லையாம். பத்து விஷயம் தான் கதைச்சால் நீ ஒரு விஷயம் கதைக்கிறியாம். இப்ப இருக்கிற சூழலுக்கு ஏற்ற மாதிரி நாகரீகமாய் பழக தெரியேலையாம். உன்ர குணங்கள் தனக்கு சரி வராதாம். அதாலதான் தனக்கு..."

"வேண்டாம் எண்டு சொன்னதாக்கும். ஓக்கே அப்பா பரவாயில்லை... விடுங்கோ..."

மெல்லிய சிரிப்புடன் தோளைக் குலுக்கிக் கொண்டாள்.

"கொஞ்சம் ஜூஸ் குடிக்கப்போறன். அப்பா நீங்களும் குடிக்கிறீங்களா" என்று கேட்டு எழுந்து நடந்தவள் நின்று திரும்பிக் கேட்டாள்.

"நான் கலகலப்பாய் கதைச்சுப்பழகிறன் எண்டு முதல்ல வந்தவனுக்குப் பிடிக்கேலை. நாகரீகமாய் பழகத் தெரியாமல் அமைதியாய் இருக்கிறன் எண்டு இப்ப வந்தவனுக்கு பிடிக்கேலை. அப்ப நான் எப்பிடி அப்பா இருக்கிறது சொல்லுங்கோ."

விடை சொல்ல முடியாத கேள்விதான். ஆனாலும் ஒன்று மட்டும் தெரிந்தது. கயல் கயலாக இருப்பதே போதுமானது. இவளின் இயல்பை விரும்பக்கூடிய யாராவது ஒருவன் வராமலா போகப்போகிறான்.

ஞானம்
பெப்ரவரி 2018

வெயிலோடும் மழையோடும்

அவனுடைய மனநிலை எப்போது எப்படி இருக்கும் என்று பல சமயங்களில் அவனுக்கே புரிவதில்லை. தலையைக் கோதிவிட்டுக் கொண்டாலும் சரி கண்ணை மூடி யோசித்தாலும் சரி விடைகள் சுலபமாக கிடைப்பதில்லை. பக்கத்தில் நடந்து வருபவளோடு கோபத்தைத்தொடர்வதா இல்லை சமாதானப்படுத்தி சூழ்நிலையை இயல்பாக்குவதா என்றும் தெரியவில்லை.

கல்யாணமாகி ஐந்து மாதங்கள்தான் ஆகிறது. அதுவும் ஜனனி அவுஸ்திரேலியாவுக்கு வந்து மூன்று வாரங்கள்தான் ஆகிறது. அதற்குள் இப்படி ஒரு இறுக்கமான சூழல் ஏற்பட்டதற்கு தானும் ஒரு காரணமாய் இருப்பதை ஒத்துக் கொள்ள மனம் மறுக்கிறது. நடந்தபடியே திரும்பி ஜனனியைப் பார்த்தான். தோளில் போட்டிருந்த கைப்பையை ஒரு கையால் அணைத்தபடி அமைதியாக நடந்து வந்து கொண்டிருந்தாள்.

இரவு கொஞ்சம் அதிகப்படியாக கதைத்து விட்டோமோ என்று மனதுக்குள் உறுத்தியது. அவளின் யோசனையான சோர்ந்து போன முகத்தைப் பார்க்க அவனுக்கும் கவலையாக இருந்தது. அதற்காக தன்னாலும் ஒன்றும் செய்ய இயலாமல் இருப்பதை அவள் புரிந்து கொள்ள வேண்டும் என்ற தன் நினைப்பு சரியாகவே பட்டது அவனுக்கு. அதனால்தான் பொறுமை இழந்து அந்த மாதிரி வார்த்தைகளை கொட்டினானோ... அந்த மன உறுத்தலினால்தான் காலை எழுந்ததும்,

"இண்டைக்கு ஞாயிறுதானே... வா பக்கத்தில கடற்கரையோட ஒரு மார்க்கற் இருக்கு. போயிட்டு அங்கயே சாப்பிட்டு மத்தியானம் வருவம்" என்று சொல்ல வைத்ததோ...

அவள் எதுவும் பேசாமல் உடைகளை மாற்றிக்கொண்டு கூட வந்தாள்.

இந்த காலை நேர வேளையில் வீதியில் நடப்பது நன்றாகத்தான் இருந்தது. மான்லி வீதி கடந்து 'ஹம்பி பொங்' பார்க்கின் கரையோடு நடந்தார்கள். வலப்பக்கம் பச்சையாய் புல்வெளி... உயரமாய் மரங்கள். இடை இடையே மரபெஞ்ச். அதில் அமர்ந்து பேசிக்கொண்டிருக்கும் வயதானவர்கள். காலடியில் சங்கிலிகளுடன் விதம் விதமான நாய்கள்...

சிறிது தூரம் நடக்க வட்டமாய் நீர் ததும்பும் குளம். அதில் வாத்துக்கள் நீந்த நிறைய ஆமைகள் கரையில் பாதி நீரில் பாதியாய் கிடந்தன. சிறு பாலம் வழியாக அதைக்கடந்து நடந்து போய் "ரெட்கிளிவ்" பரேட் வீதிக்கு வந்தார்கள். இந்த வீதியை மறித்து ஒரு மைல் நீளத்துக்கு இந்த உழவர் சந்தை இயங்குகிறது. காலையிலிருந்து மதியம் வரை நடக்கும் சந்தை. இருந்த கடைகள், கட்டடங்கள் தவிர வீதியின் இரு பக்கமும் வரிசையாய் சின்னச் சின்ன கூடாரங்களில் பல தரப்பட்ட விற்பனை நிலையங்கள்.

ரெட்கிளிவ் வைச் சுற்றியிருக்கும் கிராமங்களின் விளைபொருட்களை ஞாயிற்றுக்கிழமை மட்டுமே நடக்கும் இந்த சந்தையில் கொண்டு வந்து விற்பனை செய்வார்கள். தள தளவென்று பச்சையாய் இருக்கும் பெயர் தெரியாத எத்தனையோ கீரை வகைகள் தொடக்கம் விதம் விதமான பழவகைகள் வரை அத்தனையும் விற்பனைக்கு இருக்கும். தவிர உடைகள், அலங்காரப் பொருட்கள், திரைச்சீலைகள் என்று சிறுகடைகளும் இருக்கும். எல்லாவற்றையும் விட விதம் விதமான சாப்பாட்டுக்கடைகள் இங்கு பிரசித்தம். ஒவ்வொரு நாட்டவரும் தங்கள் நாட்டு உணவுகளை கண்முன்னே தயாரித்து சுடச்சுடக் கொடுப்பார்கள். சில உணவு வகைகளுக்கு என்ன பெயர் என்றே தெரியாது. ஒவ்வொரு கடையிலும் கூட்டம் கூட்டமாய் நின்று ஆட்கள் வாங்கிச் சாப்பிட்டுக்கொண்டிருப்பார்கள். சில உணவக வாசலில் அமர்ந்து சாப்பிட மேஜை கதிரைகளோ மர இருக்கைகளோ போடப்பட்டிருக்கும்.

காலை ஒன்பது மணி வெய்யில் இதமாக இருந்தது. தெரு நிறைந்த ஆட்கள். ஞாயிற்றுக்கிழமை விடுமுறையை கொண்டாடும் மனிதர்கள். அநேகமானவர்களின் கைகளில் சிறு சங்கிலிகளிலோ தோல்பட்டிகளிலோ கட்டப்பட்டு கூடவே நடந்து வரும் நாய்கள். ஒரு வெள்ளை வெளேரென்ற நாய்க்குட்டி அவர்களை விலத்தும் போது 'வொவ்' என்றது. அவள் திடுக்கிட்டு 'ஐயோ' என்று அவன் கையைப் பிடித்துக்கொண்டாள். ஆட்களை விலத்தி அவள் கையைப் பிடித்து கூட்டிப் போனான். சுற்றிலும் வேறு வேறு நிறங்களுடனான மனிதர்கள்.. அவர்களின் கைகளில் பிடித்த குழந்தைகள் செம்பட்டைத் தலை மயிரும் பளிங்கு கண்களுமாக துரு துருவென்று இருந்தார்கள்.

வீதி நீளத்துக்கு இருவரும் நடந்தார்கள். இந்தப்பக்கம் வரிசையாக இருந்த உணவகங்களின் வாசலோடு நடைபாதையில் போடப்பட்ட வட்ட வட்ட மேஜைகள். அவைகளில் அமர்ந்தபடி ஆறுதலாக சாப்பிட்டுக் கொண்டும் ஏதாவது பானங்களை குடித்துக் கொண்டும் நிறைந்து போயிருந்த பல வித மனிதர்கள்.

பக்கமாய் பார்த்தபோது வெண்மணல் பரப்புடன் அடிவானம் வரை விரிந்து கிடந்தது கடல். மணல் வீடு கட்டுவதும் ஓடித்திரிவதுமாய் கரையெங்கும் குழந்தைகளின் ஆரவாரம். தெருவில் நடந்தபடியே அவள் தூரத்தெரியும் கடலையே பார்த்துக்கொண்டு வந்தாள்.

கடலுக்குள் சிறிய தூரத்தில் இறங்குதுறை. அங்கிருந்து கரையை இணைத்து அழகாய் நீண்டிருக்கும் பாலம். அதில் நடந்து ஜெற்றி வரை போய் வரலாம். காற்று தலை மயிரை கலைத்துப் போட நடப்பதில் தனி உற்சாகம் இருக்கும்.

இந்த இறங்குதுறையால்தான் எத்தனையோ ஆண்டுகளுக்கு முதல் வெள்ளைக்காரர் முதன் முதலில் இந்தப் பகுதிக்குள் இறங்கினார்களாம். அதையே நினைவுச்சின்னமாக இன்றளவும் பராமரித்து வருகிறார்கள். கடற்கரை ஓரமாக போரில் உயிரிழந்தவர்களின் ஞாபகமாக உயரமான நினைவுத்தூண் அமைந்திருந்தது. பலர் அதன் முன் நின்று படம் எடுத்துக்கொண்டிருந்தார்கள்.

பிரிஸ்பேர்ண் நகரத்திலிருந்து ஒரு மணி நேர கார் பிரயாண தூரத்தில் இந்த ரெட்கிளிவ் இருக்கிறது. மூன்று பக்கமும் கடலால்

சூழப்பட்ட ஒரு குட்டி குடாநாடு. அவன் தொடர்ந்து இங்கேயே இருப்பதற்கு இந்த அழகிய சூழலும் ஒரு காரணம்.

நீண்டிருந்த விறாந்தையின் ஒரு பக்கத்தில் இருந்த மேஜை தேடி அவளை அமர வைத்து

"முதல்ல ஏதாவது ஜூஸ் குடிப்பம். பிறகு ஜெற்றி வரை நடந்து போய் வந்து ஏதும் சாப்பிடலாம்."

என்று சொல்லி விட்டு போய் இரண்டு ஜூஸ் வாங்கி வந்து தானும் அமர்ந்து கொண்டான்.

எதிர்ப் பக்கம் சிறிதாய் போடப்பட்ட கூடாரத்தில் ஒரு இளைஞன் கிட்டார் வாசிக்க ஒரு இளம்பெண் கையில் மைக் வைத்து பாடிக்கொண்டிருந்தாள். தோள் வரை நீண்ட செம்பட்டை தலைமயிரையும் அவர்களின் சிவந்த நிறத்தையும் பார்க்க எந்த நாட்டவர் என்று கணிப்பிட முடியவில்லை. என்ன மொழியில் பாடுகிறார்கள் என்றும் புரியவில்லை. ஆனாலும் கேட்பதற்கு இனிமையாகவே இருந்தது. முன்புறம் இருந்த மேஜையில் வைக்கப்பட்ட நீளப்பெட்டியில் பாட்டைக்கேட்டு விட்டு காசு போட்டு போனார்கள். பாட்டு நன்றாக இருந்தாலும் ரசிக்கும் மனநிலைதான் இருக்கவில்லை.

அவன் ஜனனியைப் பார்க்க அவள் எதிரே கடல்வெளியைப் பார்த்துக்கொண்டிருந்தாள். அவள் இப்படி அமைதியாய் இருப்பது அந்த இடத்துக்கு பொருத்தமற்ற விஷயமாக இருந்தது. இந்த சனங்கள் எல்லாம் எவ்வளவு உற்சாகமாக இருக்கிறார்கள். குழந்தைகளையும் நாய்க்குட்டிகளையும் கூட்டி வந்து லீவு நாளைக் கொண்டாடுகிறார்கள்.

தங்கள் நிலையை நினைக்க அவனுக்கு வருத்தமாக இருந்தது. அவுஸ்திரேலியாவுக்கு வந்தும் யோசனைதான்... கவலைதான்.

யோசனை படிந்த அவள் முகத்தைப் பார்க்க ஒரு கவலை வினாடியில் மின்னி மறைந்தது.

இவள் ஆசைக்கல்ல தேவை கருதி வெளிநாட்டு வாழ்க்கையை தேர்ந்தெடுத்தவள்.

கோபிப்பது நியாயமேயில்லை. மனதுக்குள் சமாதான அடுக்குகள். அவளைப்பார்த்து நேற்று அந்த மாதிரி வார்த்தைகளை

சொல்லியிருக்கக்கூடாது. ஆனால் அவனாலும் என்ன செய்ய முடியும்...

இப்போது இவள் இருக்கும் நிலையில் ஒரு காலம் அவனும் இருந்திருக்கிறான். எத்தனையோ ஆசைகளோடும் கனவுகளோடும் அவுஸ்திரேலியா வந்தான். இந்த ஏழெட்டு வருஷங்களாய் என்னென்ன பாடெல்லாம் பட்டான்.

பிரிஸ்பேர்ண் பல்கலைக் கழகத்தில் படிக்க அனுமதி பெற்று வந்தவன் மேற்படிப்பைக் காரணம் காட்டி விசாவைப் புதுப்பித்து கடைசியாய் போன வருஷம்தான் நிரந்தர வதிவிட அனுமதி பெற்றிருந்தான். ஆறு வருஷங்கள் படிப்பிலும் தற்காலிகமாகச் செய்த சின்னச் சின்ன வேலைகளிலும் கடந்து போனது. படிப்பு முடிந்து நல்ல வேலை எடுத்து விட வேண்டும் என பட்ட அலைச்சல் கொஞ்சமல்ல. கணக்கியலைப் படித்து விட்டு படிப்புக்கு சம்பந்தமில்லாத பல வேலைகள் பார்த்து போன வருஷம்தான் ஒரு வேலை கிடைத்து இந்த ரெட்கிளிவ்வுக்கு வந்தான். தற்காலிக வேலை என்று சொல்லித்தான் எடுத்தார்கள். கியூ டாக்ஸ் கொம்பனியின் ரெட்கிளிவ் கிளையில் ஆறு மாதம் வேலை செய்தான். மெரடித் வீதியில் ஒரு வெள்ளைக்காரர் வீட்டில் ஒரு அறை எடுத்து தங்கிக் கொண்டு பஸ்ஸில் வேலைக்கு போய் வந்தான்.

காரில் எங்கேனும் போக வேண்டி வந்தால் ஒன்றாக வேலை செய்யும் ஜோர்க்கி கூட்டிப் போவான். மிகவும் நல்லவன். எவ்வளவோ உதவிகள் செய்திருக்கிறான். இந்த இடம் பிடித்துக்கொண்டதில் பஸ்ஸில் போய் வருவதில் சிரமம் தெரியவில்லை.

குளிர் அதிகமில்லை. எந்நேரமும் ஜம்பரோடு அலையத் தேவையில்லை. விருப்பத்தோடு செய்த வேலைதான். சம்பளமும் எதிர்பார்த்ததை விடக் கூடுதலாகவே கிடைத்தது. ஆனாலும் ஆறு மாதத்தில் நிறுத்தி விட்டார்கள்.

அதன் பிறகு ஒரு மாதம் கழித்து இன்னொரு வேலை கிடைத்தது. டெலி கொமினிக்கேஷன் கொம்பனியில் வேலை. அலுவலகத்தை ஒரு வீட்டில் வைத்திருந்தார்கள். கேபிள் போடவும் அதை நிர்வகிக்கவும் ஆட்கள் இருந்தார்கள். அவனுக்கு அநேகமாய் அலுவலகத்திலேயே வேலை இருக்கும். லெபனான்காரருக்கு சொந்தமான கம்பனி. அவருக்கு எழுபத்தைந்து வயது வரும். எந்த

வேறுபாடுமின்றி எல்லோருடனும் இயல்பாக பழகுவார். மூன்று மாதம் வேலை செய்தபின் சொன்னார்.

"நான் கொம்பனியை மூடிவிட்டு அமெரிக்கா போக யோசிக்கிறேன். நீங்கள் வேறு வேலை தேட வேண்டியிருக்கும்."

அவர் சொன்னதைக் கேட்டதும் 'திக்' கென்றது. அந்த நேரம்தான் அம்மா ஊரில் அவனுக்கு திருமண ஆய்த்தங்கள் செய்து கொண்டிருந்தாள். இந்த நேரத்தில் வேலை இல்லாமல் போனால் என்ன செய்வது என்ற கலக்கம்.

அம்மா ஜனனியின் படத்தை அனுப்பி "உனக்கு இந்தப் பிள்ளையை பிடிச்சிருந்தால் போதும். இங்க நான் எல்லா ஒழுங்குகளையும் செய்வன்" என்ற போது "இப்ப என்னத்துக்கு அம்மா கல்யாணம். கொஞ்ச நாள் போகட்டும்" என்று சொல்ல நினைத்தான். ஆனால் படத்தில் ஜனனியைப் பார்த்ததும் வார்த்தைகள் தொண்டைக்குள்ளேயே நின்று விட்டது.

மெல்லிய புன்னகையுடனான முகம். மலர்ந்த பார்வை.

சரி அம்மா என்று உடனும் சொல்லிவிட்டான். நல்ல வேலை கிடைக்கவேண்டும் ஒரு கார் வாங்க வேண்டும். ஒரு வீடு சொந்தமாய் வாங்கவேண்டும் என்று மனதுக்குள் நெருடிய விஷயங்கள் எதையும் அம்மாவிடம் சொல்லவில்லை.

"ஆனால் அப்பன் அதுகள் கொஞ்சம் கஷ்டப்பட்ட ஆட்கள். இந்தப் பிள்ளை மனேஜ்மன்ட் படிச்சு முடிச்சிட்டுது. இன்னும் ரெண்டு தங்கச்சிமார் படிச்சுக்கொண்டிருக்கினம். தகப்பன் பத்து பன்ரெண்டு வருஷத்துக்கு முதலே ஷெல் பட்டு செத்துப்போயிட்டார். உழைச்சுப் பார்த்த தமையனும் இடம் பெயர்ந்து போன போது முள்ளிவாய்க்காலுக்க செத்துப்போச்சு. தாய்தான் பிள்ளையளை கஷ்டப்பட்டு வளத்து படிக்க வைக்குது. அதுகளிட்டை காசு பணம் இல்லை. நான் ஒரு சீதனமும் தர வேண்டாம் எண்டு சொல்லிப்போட்டன். படிச்ச பிள்ளை இங்க வந்தா உழைக்கும்தானே. இப்போதைக்கு கல்யாண செலவுகளை உன்னால சமாளிக்க ஏலுமே..."

யோசனையோடு அம்மா கேட்ட போது "அதெல்லாம் ஒரு பிரச்சினையே இல்லை. எல்லாம் சமாளிக்கலாம்" என்றான்.

"அப்ப நாள் வைக்கட்டே.... வாறியே..."

"ஓம் அம்மா. நாளை வைச்சிட்டு சொல்லுங்கோ."

ஓகஸ்டில் நாள் வைத்தார்கள். சிக்கனமாய் இருந்து சிறுகச் சிறுகச் சேர்த்த காசு நாலாயிரம் டொலர் கையில் இருந்தது. ஜேர்க்கி மூவாயிரம் தந்து உதவினான். இந்த ஏழாயிரத்துக்குள் செலவுகளை சமாளிக்க வேண்டுமே என்ற யோசனையோடுதான் இரண்டு வாரம் லீவு எடுத்துக் கொண்டு ஊருக்குப் போனான்.

திருமணம் நல்லபடி முடிந்தது. ஜனனி தெளிவான நிதானமான பெண் என்பது அவள் பேச்சிலும் செயலிலும் தெரிந்தது. வாழ்வில் எத்தனையோ இழப்புக்கள் துயரங்களிலிருந்து மீண்டு வந்திருக்கும் அவளின் நிலமை இரக்கத்தைத் தோற்றுவித்தது. இவளை ஒரு குறையுமில்லாமல் பார்த்துக்கொள்ள வேண்டும் என்ற நினைப்பு மனதுக்குள் ஓடியது.

தங்கள் நிலை பற்றி மனம் விட்டு கதைத்தாள்.

"முள்ளிவாய்க்காலோட எங்கட எல்லா சந்தோஷங்களும் போயிட்டுது. அண்ணா போன பிறகு எந்த நம்பிக்கையும் இல்லாமல்தான் இருந்தது. எல்லாம் இழந்த நிலையில இப்ப படிப்பு மட்டும்தான் எங்களிட்ட மிச்சமாய்இருக்கு. அங்க வந்தால் ஏதும் மேல படிச்சு நல்ல வேலை செய்யலாமா... எங்கட குடும்பத்தையும் நான்தான் பார்த்துக் கொள்ள வேணும்.. வெளி நாட்டில் இருந்தால்தான் இது சாத்தியமாகும் எண்டு நினைச்சன்."

சொல்லும் போதே குரல் தழுதழுத்தது.

"அதுக்கென்ன பார்த்துக்கொள்ளலாம். நீங்கள் ஒண்டுக்கும் யோசிக்காதேங்கோ."

மனதுக்குள் எதுவோ நின்று உறுத்தியது. பார்த்துக்கொண்டிருக்கும் வேலை கூட பறி போகப் போகிறது என்பதையோ இவள் எதிர் பார்த்து வருவது போல அங்கே வசதியான நிலமை இல்லை என்பதையோ சொல்ல முடியவில்லை.

இரண்டு வாரத்தின் பின் அவன் திரும்பி வந்த போது வேலை போய் விட்டிருந்தது. கையில் வந்த காசை ஜேர்க்கியின் கடனுக்காக கொடுத்து விட்டான். மறுபடி வேலை தேடத்தொடங்கினான்.

பார்த்துப் பார்த்து தன் விபரங்களை ஒவ்வொரு இடத்துக்கும் அனுப்பினான். அதற்குள் சின்னதாய் ஒரு வீடு வாடகைக்கு தேடத் தொடங்கினான். நல்லவேளை இங்கேயே மான்லி

வீதியில் இரண்டு அறை உள்ள வீடு வாடகைக்கு கிடைத்தது. பழைய வீடுதான். அதுவே கிழமைக்கு முன்னூற்றி இருபது டொலர் ஆனது. நவம்பருக்கு வீடு கைக்கு வரும். அநேகமாய் நவம்பர் டிசம்பரில்தான் ஜனனி வுதிவிட அனுமதி கிடைத்து வரக் கூடியதாக இருக்கும் என்பதால் அந்த வீட்டையே உறுதிப் படுத்திக் கொண்டான்.

இப்போது கையில் எண்ணூறு டொலர்கள்தான் இருந்தது. என்ன செய்வது... எப்படி சமாளிப்பது என்ற யோசனை... இரண்டு மாதம் ஒரு ரெஸ்ரோரண்டில் வேலை கிடைத்து செய்தான். அதையும் ஜனனி இங்கு வருவதற்கு முதல் வாரம் விட வேண்டியதாயிற்று. ஆனால் ஒரு மாதம் பொறுத்து மறுபடி வரச்சொல்லியிருந்தார்கள்.

மூன்று வாரத்தின் முன் ஜனனி வந்து இறங்கிய போது ஜேர்க்கியின் காரில்தான் விமானநிலையம் போயிருந்தான். எத்தனையோ நாட்களின் பின் அவளைப் பார்க்கப்போகும் ஆவலையும் மீறிக்கொண்டு இங்குள்ள நிலமைதான் மனதை நெருடிக் கொண்டிருந்தது.

அவளை அழைத்து வந்த போது நல்ல வெய்யில் நேரம். முகமெல்லாம் மலர்ச்சியும் உற்சாகமும் கலந்து படிந்திருக்க,

"அட இங்க குளிர் இருக்கும் எண்டு நினைச்சன்" என்றாள்.

"இனி இங்க ஏப்ரலுக்குப் பிறகுதான் குளிர் வரும். இப்ப வெயிலாய்த்தான் இருக்கும்."

வீட்டுக்குள் வந்தவள் சுற்றும் முற்றும் பார்த்தாள்.

"சின்ன வீடுதான் ஜனனி இப்போதைக்கு எங்கள் ரெண்டு பேருக்கும் இது காணும்தானே."

"காணும் காணும். அது சரி உங்களிட்ட கார் இல்லையே."

வியப்போடு கேட்டாள்.

"இல்லை. இனிமேல்தான் வாங்க வேணும்."

அவள் நம்பமுடியாதவள் போல் பார்த்தாள்.

"கார் இல்லாமல் எப்பிடி வேலைக்கு போய் வாறனீங்கள்."

"பஸ்ஸிலதான். இங்க பஸ் நல்ல வசதி."

சிறிது நேரம் அவள் எதுவும் பேசவில்லை. முகத்தில் யோசனையும் ஏமாற்றமும் கவலையும் படிவதை உணர முடிந்தது.

“இப்போதைக்கு அவசியமான பொருட்களோட இருப்பம். பிறகு ஒவ்வொண்டாய் வாங்குவம்.”

சரி என்று தலையசைத்தாள். வேலையும் இல்லை என்று அவன் சொன்ன போது அதிர்ச்சியோடு பார்த்தாள்.

“வேலை இல்லையெண்டால் எப்பிடி... ரெலி கொமினிக்கேஷன்ல வேலை செய்யிறன் எண்டு சொன்னீங்கள்.”

“அது போன கிழமையோட முடிஞ்சுது. வாற கிழமை ஒரு ரெஸ்ரோரண்ட்டில வேலை தொடங்குது. அதைச் செய்வம். வேற வேலைக்கும் போட்டுக்கொண்டிருக்கிறன். எப்பிடியும் நல்ல வேலை கிடைச்சிடும். பாப்பம்.”

கலவரப்பட்ட அவளின் முகத்தைப் பார்க்க அவனுக்கும் கவலையாகத்தான் இருந்தது. அவளின் ஏமாற்றமும் பயமும்தான் சின்னச் சின்ன வார்த்தை உரசல்களுக்கு வழி வகுத்ததோ.

இத்தனைக்கும் அவள் குரல் உயர்த்தி பேசவில்லை எனினும் தன் இயலாமைதான் பொறுமை இழக்க வைத்து ஒரு இறுக்கமான நிலையை ஏற்படுத்தி விட்டதோ என்று தோன்றியது.

இரவு அவனும் கொஞ்சம் அதிகமாகவே கதைத்து விட்டான்.

“நீங்களும் நல்ல வேலை இல்லாமல் இருக்கிறீங்கள். வசதியளை எதிர் பார்க்க ஏலாதுதான். ஆனா... நானும் என்னென்னவோ எல்லாம் நினைச்சுக் கொண்டு வந்தன்.”

“நீ என்ன சொல்லுறாய். இல்லாதனீங்கள் எண்டு ஒரு காசு கூட உங்களிட்ட சீதனம் எண்டு அம்மா வாங்கேலை. சாகிற எல்லை வரைக்கும் போய் வந்தம் எண்டு சொல்லுற உனக்கு இந்த வசதியள் காணாதே.”

சொன்ன பிறகுதான் சொல்லியிருக்கக் கூடாதோ என்று உறைத்தது. அந்த வார்த்தைகள் அவளைக் காயப்படுத்தியிருக்கும் என்று புரிந்தாலும் ஒரு வீம்பில் இருந்தவனுக்கு காலை எழுந்த போது மனம் கேட்கவில்லை. அதனால்தான் காலை எழுந்ததும் சந்தைக்குப் போகலாம் வா என்று கூட்டி வந்தான்.

தலையைக் கோதி விட்டுக்கொண்டே எதிரில் இருப்பவளைப் பார்த்தான். அவளின் அமைதி அவனுக்குள் தாள முடியாத துயரை ஏற்படுத்தியது. என்ன வார்த்தைகளை சொல்லிவிட்டேன்... என்று தன்னையே நொந்து கொண்டான்.

"கெதியாய் ஜூஸைக் குடி. பாலத்தில நடந்து ஜெற்றி வரை போய் வரலாம். பிறகு வெய்யில் வந்திடும்."

"ம்" அவள் கொஞ்சம் கொஞ்சமாய் ஜூஸை ஸ்ரோவினால் உறிஞ்சிக் குடித்தாள்.

அப்போது அவன் கைபேசி ஒலித்தது. எடுத்துப் பார்த்தான். அம்மா.

பதட்டத்துடன் "என்னம்மா இப்ப அங்க விடியக்காலமையல்லே. என்ன விஷயம்" என்றான்.

அம்மாவின் குரல் கனிவாய் ஒலித்தது.

"இல்லையப்பன். விடிய நித்திரை வரேலை. அதுதான் கதைக்க எடுத்தனான். எப்பிடி இருக்கிறீங்கள்."

"நல்லாய் இருக்கிறம் அம்மா."

"பிள்ளை பக்கத்தில நிற்கிறாவே தம்பி."

"ஓம் அம்மா. ஸ்பீக்கரில போட்டு விடுறன். கதையுங்கோ."

கைபேசியை அவள் பக்கம் வைத்தான்.

"பிள்ளை..."

"ஓம் மாமி சொல்லுங்கோ."

"எப்பிடி ரெண்டு பேரும் இருக்கிறீங்கள்."

"நல்லாய் இருக்கிறம் மாமி. நீங்கள் எப்பிடி இருக்கிறீங்கள்."

"எனக்கென்னம்மா. நல்லாய் இருக்கிறன். உங்க எப்பிடி... வீடு வாசல் எல்லாம் வசதியாய் இருக்கே."

அம்மாவின் கேள்வி துணுக்குற வைத்தது. சட்டென்று அவளைப் பார்த்தான்.

"ஓம் மாமி எல்லாம் வசதியாய் இருக்கு. நல்ல வீடு. நல்ல இடம்."

"தம்பி வேலைக்கு போறது தூரமே..."

"இல்லை மாமி. கிட்டடத்தான். காரில போனா பத்து நிமிஷ தூரம்தான்."

"சந்தோஷமாய் இருந்தால் போதும். அதை விட வேற என்ன வேணும்."

"எங்களுக்கு ஒரு குறையுமில்லை மாமி. நல்லாய் இருக்கிறம். நீங்கள் யோசிக்காதேங்கோ."

"நல்லது பிள்ளை. எல்லாம் கடவுள் அருள். மற்றது தம்பி..."

"சொல்லுங்கோ அம்மா."

"மயில்வாகனண்ணை மகனைக் கூட்டி வந்தவர். பிள்ளைக்கு ஷெல் பட்டு ரெண்டு காலும் இல்லைத்தானே. ஒரு கடை போட்டுக் குடுக்கப் போறாராம். இருந்த இடத்திலயே ஏதும் உழைக்கட்டும் எண்டு சொல்லிக் கவலைப்பட்டார். அவை கடை தொடங்கிற நேரம் உன்னால ஏலுமெண்டால் ஏதும் உதவி செய்தால் நல்லது. பாவங்கள். கஷ்டப்பட்டதுகள். அதுகளுக்கு ஆற்ற உதவியும் இல்லை. உங்களுக்கும் இப்ப நெருக்கடியாய்த்தான் இருக்கும்."

"ஓம் அம்மா. இப்ப எங்களுக்கும்..." அவன் சொல்லத்தொடங்க ஜனனி அவன் கையின் மீது தன் கையை வைத்து அழுத்தினாள்.

"அவையள் கடை தொடங்கிற நேரம் சொல்லுங்கோ மாமி. ஏலுமானதை இவர் அனுப்பி வைப்பார்."

"சரி பிள்ளையள் பார்த்து செய்யுங்கோ. நான் பிறகு கதைக்கிறன்."

தொடர்பை நிறுத்தி விட்டு அவளைப் பார்த்தான். அவள் மிகுதி ஜூஸைக் குடித்துக்கொண்டிருந்தாள்.

"இங்க வேலை இல்லாமல் கஷ்டப்படுற நிலமை அம்மாவுக்குத் தெரிய வேண்டாம். இன்னும் எங்களுக்கு எவ்வளவோ காலம் இருக்கு. ரெண்டு பேரும் வேலை செய்தால் எல்லாம் சமாளிக்கலாம்."

மெல்லிய குரலில் சொன்னாள்.

இழப்புக்களின் எல்லை வரை போய் வந்ததனால்தான் இத்தனை நிதானமாகப் பேச முடிகிறதோ...

உண்மையை உணர்ந்து நடக்கும் பெண்ணை எப்படி கொண்டாடத் தோன்றாமல் போயிற்று...

மனம் நொந்தது.

"வாங்கோ போவம்." அவள் எழுந்தாள்.

அவளோடு பாலத்தில் நடக்கும் போது மனது லேசானது போல இருந்தது. முகத்தில் மோதும் சிறு வெப்பம் கலந்த காற்று கூட சில்லென்று இருந்தது.

எதிரொலி, அவுஸ்திரேலியா
ஏப்ரல் 2018

மழை வரும் காலம்

இப்போது நேரம் ஆறு பத்து. ஆறுமணிக்கு வருகிறேன் என்று சொன்னவள் இன்னமும் வரவில்லை. நேரத்தைக் கடைப்பிடிக்காதவர்கள் மீது எனக்கு மதிப்பு இருந்ததில்லை. ஆனாலும் ஒருநாள் கூட சந்தித்திருக்காத பெண் மீது எந்த அபிப்பிராயமும் கொள்ள முடியாது என்பதால் பொறுமையோடு பார்த்துக் கொண்டிருந்தேன். இந்த தாமதத்திற்கு ஏதேனும் காரணங்கள் இருக்கலாம்.

புறப்படும் நேரத்தில் யாராவது விருந்தினர்கள் வந்திருக்கலாம். அல்லது அவசர தொலைபேசி அழைப்புக்கள் உரையாடல்கள் நேரத்தை விழுங்கியிருக்கலாம். அல்லது காரில் வரும் போது போக்குவரத்து நெரிசல் காரணமாய் தாமதமாகியிருக்கலாம். எதுவோ... அந்தப் பெண் இன்னமும் வரவில்லை. படத்தில் பார்த்ததை வைத்துத்தான் ஒருவருக்கொருவர் அறிமுகம் செய்து கொள்ள வேண்டும். அல்லது பத்தாம் இலக்க மேஜையைப் பார்த்து அடையாளம் கண்டு அவள் வர வேண்டும்.

வட இந்திய உணவகம் இது. சிட்னியின் பரபரப்புக்கு பொருத்தமில்லாத அமைதியான ஒரு இடத்தில் அமைந்திருந்தது. ஆறு மணிக்கே உள்ளே இருள் பரவ, அதைப் போக்கலாமா விடலாமா என்ற தயக்கத்தோடு மின்னும் குழல்விளக்குகள்...

மெல்லிய வெளிச்சத்தில்தான் இங்கு பல உணவகங்கள் செயல்படுகின்றன.

சுற்றும் முற்றும் பார்த்தேன். அநேகமான மேஜைகள் வெறுமையாய் இருந்தன. எட்டு மணிக்கு மேல்தான் ஆட்கள் வருவார்கள். இப்போது இருந்த சில பேரும் மெல்லிய குரலில் கதைத்துக்கொண்டு அவசரமற்று இருந்தார்கள். பலவிதமான முகங்கள்... பல மொழி பேசும் மனிதர்கள்... மேஜையைச் சுற்றி ஓடிய ஜப்பானியக் குழந்தை என் மீது மோதி மன்னிப்புக் கேட்டுக்கொண்டு போனது.

நான் வாசலைப் பார்த்தேன். கண்ணாடிக்கு வெளியே தெருவும் அப்பால் புல்வெளியும் அருகே வீடுகளும் மங்கலாய் தெரிந்தன.

அந்தப்பெண்... பெயர் என்னவோ... ஒரு வினாடி தாமதத்தின் பின் நினைவு வந்தது.

நேத்ரா. பெயர் நன்றாகத்தான் இருக்கிறது. ஆனாலும் பெயரைப்பற்றியோ அந்தப் பெண்ணைப்பற்றியோ எந்த ஆவலும் மனதில் எழவில்லை.

அம்மாவின் வற்புறுத்தலினால்தான் இந்த சந்திப்புக்கு ஒப்புக்கொண்டேன்.

"உன்னை மதிக்காத பொம்பிளையோட பத்து வருசம் வாழ்ந்து கஷ்டப்பட்டிட்டாய். அவள்தானே உன்னை வேண்டாம் எண்டு சொல்லி விட்டவள். இனியாவது ஒரு நல்ல பிள்ளையை கல்யாணம் செய்து நீ நல்லாய் இருக்க வேணும்."

இப்படி கதைக்கும்போது அம்மாவின் கண்களில் நீர் தழும்பிவிடும். இரண்டு வருஷமாய் அம்மாவின் புலம்பல் இது.

"உன்னைப் போல ஒருத்தனை அவளுக்கு எப்பிடி பிடிக்காமல் போச்சு" என்ற கேள்விதான் அம்மாவின் புலம்பலுக்கு ஆணிவேர்.

"விடுங்கோ அம்மா. நான் இப்பிடியே இருந்திட்டுப்போறன்."

"இப்பிடி தனிமரமாய் எத்தினை நாளைக்கு இருப்பாய் சொல்லு."

கவலைப்படும் அம்மாவை அக்காவும் அத்தானும் சமாதானப்படுத்துவார்கள். என்னைப் பற்றிய கவலை அவர்களுக்கும் இருந்தது. மெல்பேர்ணில் அவர்களோடுதான் அம்மாவும் இருக்கிறா. அத்தான் போனவாரம் கதைக்கும் போது சொன்னார்.

"எங்களுக்கு தெரிஞ்ச ஆட்கள் மூலம் ஒரு இடம் வந்திருக்கு. அந்தப்பிள்ளை நேத்ராவும் டிவோர்ஸ் எடுத்ததாம். ஒருக்கா அந்தப்

பிள்ளையைப் பார்த்துக்கதை. உனக்கு பிடிச்சிருந்தால் பார்ப்பம். இல்லாட்டில் பரவாயில்லை. ஒருக்கா கதைக்கிறதில என்ன இருக்கு. அம்மாவும் ஒரே கவலைப்பட்டுக் கொண்டிருக்கிறா."

அவர்களின் ஆதங்கத்தை எடுத்தெறிய முடியவில்லை. ஒப்புக்கொண்டு இங்கே வந்து அமர்ந்திருக்கிறேன்.

அந்தப் பெண் நேத்ராவிடம் பேச கொஞ்சம் விஷயங்கள் இருக்கின்றது. என்ன பேசுவது எப்படி பேசுவது என்று யோசித்து வார்த்தைகளை சேகரித்து வைத்திருக்கிறேன். அவள் என்ன மனநிலையில் வருகிறாளோ தெரியவில்லை.

ஒரு பெண்ணுக்காக காத்திருத்தல் என்பது என் வாழ்வில் இரண்டாவது தடவையாக நிகழ்கிறது.

முதல் தடவையாக இதே போன்ற ஒரு ரெஸ்ரோரண்டில் இதே போன்ற ஒரு மாலை நேரத்தில் முன் பின் பார்த்திராத அகில் என்ற பெண்ணுக்காக காத்திருந்தது நினைவில் வந்து நெருடியது. மனம் நிறைந்த ஆவலோடும் பரபரப்போடும் காத்திருந்த தருணம் அது. அகில் ஆறு வயதில் பெற்றோருடன் அவுஸ்திரேலியா வந்தவள். ஒரே பெண். சிட்னியில் படித்து நல்ல வேலையிலும் இருப்பவள். திருமணம் பேசியதும் ஒரு தடவை சந்தித்து கதைக்கலாம் என்று முடிவு செய்யப்பட்டது.

அன்றும் நான்தான் முதலில் வந்து காத்துக் கொண்டிருந்தேன். பத்து நிமிட தாமதத்தின் பின் தயங்கித் தயங்கி வந்தாள். வாசலில் நின்று பார்வையை சுழற்றிப் பார்த்த போதே அந்தப் பெண் அகில்தான் என்பதைப் புரிந்து கொண்டேன்.

என்னை அடையாளம் கண்டு எதிரே வந்து அமர்ந்தாள்.

படத்தில் பார்த்ததை விட அழகாய் இருந்தாள். தலைமயிரை தோள் அளவில் வெட்டியிருந்தாள். மலர்ச்சியான முகம். பார்வை தயக்கத்துடன் என் முகத்தில் பதிந்து மீண்டது.

"தமிழ் தெரியுமா?"

தலையசைத்தாள்.

"கொஞ்சம் கொஞ்சம்."

"சரி. உங்களைப் பற்றி சொல்லுங்கோ?"

சொன்னாள். அவளின் தமிழ் மழலையின் குரலாய் கொஞ்சிக் கொஞ்சி ஒலித்தது. அப்படியே தொடராய் கதைக்க இயலாமல் ஆங்கிலத்திற்கு தாவினாள். தன் படிப்பு, வேலை பற்றியும், அம்மா அப்பா தன்னை வளர்த்த விதம் பற்றியும் நிறைய பேசினாள். அவர்கள் தெரிவில் தனக்கு நம்பிக்கை இருப்பதாகவும் சொன்னாள்.

நான் பேசுவதையும் அமைதியாக கேட்டுக்கொண்டிருந்தாள். இப்படி ஒரு சூழலில் காலங்காலமாக ஒரு ஆண் கேட்கும் அதே கேள்வியை நானும் கேட்டு வைத்தேன்.

"என்னைப் பிடிச்சிருக்கா?"

"அம்மா அப்பா சொன்னா சரி. அவைக்கு ஓக்கே எண்டால் எனக்கும் ஓக்கே."

முதல் தடவையாக சந்திக்கும் ஆணோடு இப்படித்தான் ஒரு பெண்ணால் பேச முடியும் என்பதால் நான் அதை பெரிதாய் எடுத்துக் கொள்ளவில்லை. ஆனால் பின் நாட்களில் எங்களுக்குள் இடைவெளி ஏற்படவும் இதுவே காரணமாக இருக்கப் போகிறது என்பது அப்போது புரியவில்லை.

சிட்னியில் உள்ள ஆடம்பர மண்டபம் ஒன்றில் நாநூறு பேர் வரை வந்து வாழ்த்தி நிற்க எங்கள் திருமணம் நடந்தது. எங்கள் பக்கத்து ஆட்களை விட அகில் பக்கத்து ஆட்களே அதிகம். சம்பந்தி என்ற முறையில் தனக்கு சரியான மரியாதை தரப்படவில்லை என்ற அம்மாவின் முணு முணுப்பு எனக்கும் கொஞ்சம் நெருடலைத்தான் ஏற்படுத்தியது. எனினும் அந்த நேர அவசரத்தில் எதையும் ஆழ்ந்து யோசிக்கத் தோன்றவில்லை.

திருமணம் முடிந்ததும் அவர்களின் வற்புறுத்தலால் அகில் வீட்டிலேயே எங்கள் வாழ்க்கை தொடங்கியது. கொஞ்சம் காசு சேர்ந்ததும் சொந்தமாய் ஒரு வீடு வாங்கவேண்டும் என்ற நினைப்பு இருந்தது. அதுவரை அவர்களுடன் தங்கலாம் என்று நினைத்துத்தான் போனேன். ஒன்றாக இருந்தபோதுதான் சில விஷயங்கள் புரியவந்தது

அவர்களின் சிந்தனைகள் பழக்கவழக்கங்கள் வேறுமாதிரி இருந்தன. எனக்கு பரிச்சயமற்ற வேறு உலகம் அது. பணத்தால் ஏற்படுத்திக்கொண்ட அந்தஸ்த்து, வெள்ளைக்காரர்களின் வாழ்க்கையை வாழ வேண்டும் என்ற விருப்பம்...

இதெல்லாம் என் இயல்புக்கு மாறான வாழ்க்கை முறை. தாய் தந்தையோடு எங்கேனும் போவாள் வருவாள். நான் எதுவும் கேட்பதில்லை. அது அவளின் சுதந்திரம் என்ற தெளிவு எனக்கு இருந்தது. ஆனால் என் விஷயத்தில் தலையிட்டபோது எனக்கு அது கொஞ்சம் நெருடலைத் தந்தது. ஏதாவது நிகழ்வுகளுக்கு போவதெனில் எனது உடுப்புக்களையும் அவளே தெரிவு செய்வாள். எனக்குப் பிடிக்காவிட்டாலும் போட்டுக்கொள்ள வேண்டும்.

நான் வைத்திருந்த டொயாற்றா காரை மாற்றி பெராறி கார் வாங்கலாம் என்றாள்.

"அப்பா சொன்னவர் பெராறி கார் வைச்சிருந்தால் மதிப்பு என்று. வாங்குவமே."

"அதுக்கு எவ்வளவு காசு தேவைப்படும். இப்போதைக்கு இது போதும்."

"அப்பா காசு தாறாராம். பென்ஸ் காரெண்டாலும் இப்ப வாங்குவம்."

"அதொண்டும் வேண்டாம். வீடு வாங்கி செட்டிலான பிறகு காரை வாங்குவம்."

நான் சொல்லும் போது என்னவோ சரி என்றுதான் கேட்கிறாள். பிறகு வந்து அப்பா சொன்னார் அம்மா சொன்னா என்று சொல்லும்போது கோபமாக வரும்.

எங்களுக்கான ஒவ்வொரு விஷயங்களிலும் அகிலின் அப்பா அம்மாவின் தலையீடு. எங்களின் விஷயங்களையும் தீர்மானிப்பவரகளாக அவர்கள் இருந்தார்கள். அகில் ஒரே பெண். அதுவும் அவர்களுக்கு திருமணமாகி நீண்ட காலத்தின் பின் பிறந்தவள் என்பதால் அவர்களின் அக்கறையை உணர்ந்து நான் எவ்வளவோ விட்டுக்கொடுத்துத்தான் நடந்திருக்கிறேன். எனது பழக்கவழக்கங்களையும் மாற்றிக்கொள்ள வேண்டும் என்ற போதுதான் எரிச்சல் ஏற்படத் தொடங்கியது.

"உன்ர அவருக்கு ஊரில இருந்து வந்த பழக்க வழக்கம் இன்னமும் மாறேலை. இடத்துக்கு தக்கபடி இருக்கவேண்டாமே... நல்ல படிப்பு நல்ல உத்தியோகம் என்று செய்தம். அதுக்கு தக்கபடி கௌரவமாய் நடக்கத்தெரியாதே"

என்று அகிலின் அம்மா முணு முணுத்ததைக் கேட்ட நேரம் சுள்ளென்று கோபம் வந்தது. அந்த நேரம் சண்டை நடக்கிற என் ஊரைப்பற்றிய கவலையோடு இருந்தவன் நான். மன்னாரிலிருந்து இராணுவம் முன்னேறி வந்து கொண்டிருக்கிறது என்ற அன்றைய செய்திகளில் கலங்கிப் போயிருந்தவன். ஊரிலிருக்கும் என் சொந்த பந்தங்கள், தெரிந்தவர், தெரியாதவர்கள் எல்லாம் எங்கே அலையப்போகிறார்களோ என்ற தவிப்போடு உறங்கி எழுந்தவன். என்னோடு கூட இருக்கும் இயல்புகளை நான் பிற தேசம் வந்ததும் மாற்றிக்கொள்ள வேண்டுமா என்று கோபம் வந்தது.

அகிலுக்கு எங்கள் ஊர்க்கதைகளை சொல்லும்போது ஆர்வமாகத்தான் கேட்கிறாள். அவளுக்கு அவையெல்லாம் புதிய அனுபவங்கள். ஊரிலிருக்கும் மாமா பிள்ளைகளின் கஷ்டத்திற்காக காசு அனுப்ப வேண்டும் என்ற போது பாவங்கள் அனுப்புங்கோ என்பாள். அம்மா அக்காவுடனும் தொலைபேசியில் சுகம் விசாரித்துக்கொள்வாள். எல்லோருடனும் அன்பாய்த்தான் இருந்தாள். ஆனால் அவளுக்குள் இன்னொரு முகம் இருந்ததை போகப்போகத்தான் என்னால் உணரமுடிந்தது. நான் எதை சொன்னாலும் தலையாட்டித்தான் கேட்கிறாள். பிறகு அவர்கள் சொல்வதைக்கேட்டு இன்னொரு தோற்றம் காட்டி நிற்பாள்.

எல்லாவற்றையும் பொறுத்துக்கொண்டிருந்த நான் முதல்தடவையாக நொந்து வெடித்தது நிலா பிறந்த நேரம். பெயர் வைப்பதிலிருந்து ஆரம்பித்தது பிரச்சனை.

"நிலாமதி எண்டு வைப்பம். நிலா எண்டு கூப்பிடலாம்" ஆசையாக சொன்னேன்.

"அம்மா சொல்லுறா அது பட்டப்பழைய பேராம். வேண்டாமாம்."

"பழைய பேரெண்டாலும் நல்ல பேர்தானே..."

"இங்க வெள்ளைக்காரரும் கூப்பிடக்கூடிய பேராய் இருக்கவேணுமாம். அன்ஷா எண்டு வைப்பம் எண்டு சொல்லுறா."

"அன்ஷாவோ... அது என்ன பேர். எனக்கு பிடிக்கேலை. வெள்ளைக்காரர் கூப்பிடவே பேர் வைக்கிறது. நிலா எண்டு சொல்லிப்பார். எவ்வளவு நல்லாய் இருக்கு."

"நிலா நல்லதுதான். ஆனால் அம்மா..."

அகில் தயங்கிக் கொண்டு நின்றாள்.

"நீ அம்மாட்ட போய் சொல்லு. நிலா நல்ல பேர் எண்டு."

போனவள் அதே வேகத்தில் திரும்பி வந்து "நிலா வேண்டாமாம். அன்ஷாதான் வைக்கிறதாம்" என்றாள்.

அன்றோடு மனம் வெறுத்துப் போனது. அவர்கள் அன்ஷா என்று வைத்தாலும் நான் நிலாக்குட்டி என்றுதான் கூப்பிடுவேன். தங்கள் கௌரவமே பாழாய் போனது மாதிரி அவர்கள் முணுமுணுப்பதை நான் கண்டு கொள்வதில்லை.

எனக்கு அந்த நேரம் ஊரைப்பற்றிய கவலைகளும் பதறல்களும்...

முள்ளிவாய்க்காலிலிருந்து சனங்கள் மீண்டு செட்டிகுளம் முள்ளுக்கம்பி முகாமில் அடைக்கப்பட்ட நேரங்கள். அந்தக் கவலைகளில் இருந்தவனுக்கு இவர்களின் செயல்கள் மேலும் மேலும் நோக வைத்தது.

தங்கள் நடப்பு நாகரீகத்துக்கு ஒத்து வராதவன் என தீர்மானிக்கப் பட்டதால் எனக்கும் அகிலுக்கும் இடையே தூரம் அதிகமானதுதான் மிச்சமானது. இவர்களோடு இருந்தால் இவர்களின் சொல்லைக்கேட்டு இன்னும் அகில் விலகிவிடுவாள் என்ற பயத்தில் ஒரு வீடு வாங்கி தனியாய் போகலாம் என்ற எண்ணத்தில் வீடு தேடத்தொடங்கினேன். பார்க்கும் வீடுகளெல்லாம் அது சரியில்லை இது சரியில்லை நீச்சல் குளமில்லை தியேட்டர் ரூம் இல்லை அந்த ஏரியா சரியில்லை என்று ஒவ்வொரு காரணம் சொல்லி தட்டுப்பட்டுப் போனது. சிட்னியில் இவர்கள் எதிர் பார்க்கும் வீடு வாங்குவதை நினைத்தும் பார்க்க முடியாது. இப்படியே மூன்று வருஷங்கள் இழுபட்டுப் போய்விட்டது. அவர்கள் வீட்டில் இருப்பதே பெரும் துன்பமாக இருந்தது. அவர்கள் பழகும் பெரிய மனிதர் கூட்டத்தில் என்னால் பொருந்திக்கொள்ள முடியவில்லை. நான் அழைக்கும் மனிதர்களுக்கு இவர்கள் மதிப்பு தருவதில்லை. அதனால் நான் ஒதுங்கிக் கொண்டேன். அவர்களுடன் எந்த நிகழ்விலும் பங்கு கொள்வதில்லை. நிலாவுக்காக அத்தனையையும் பொறுத்துக் கொண்டேன்.

அத்தானுடன் மனம் விட்டுப் பேசும் போதெல்லாம் "வாழ்க்கையில இப்பிடி எத்தனையோ பிரச்சனையள் வரும். கொஞ்சம் பொறுத்துப்போ. எல்லாம் சரிவரும்"

என்று ஆறுதல் சொல்வார். சில அலட்சியப்படுத்தல்கள் அவமானங்கள் மனதை ரணப்படுத்தும். கடைசியில் தெரியாத்தனமாய் ஒரு பட்டிக்காட்டானைக் கட்டி வைச்சு பிள்ளையின்ர வாழ்க்கையை பழுதாக்கிப் போட்டம் என்று அவர்களே முடிவு செய்து அது விவாகரத்தில் வந்து முடிந்தது. தாய் தந்தையின் குரலாக பேசுபவளிடம் எதையும் சொல்லி புரிய வைக்க முடியவில்லை. தோற்றுப் போனவனாய் திரும்பி வந்தேன்.

நிலாவை விட்டு விலகிய வேதனையைத்தான் தாளமுடியவில்லை. விலகிய பின்பும் எங்கேனும் நிகழ்வுகள் நடக்கும் இடங்களிலோ முருகன் கோவிலிலோ நிலாவைக் கூட்டி வரக் கூடிய இடங்களிலோ அவளைப் பார்ப்பதற்காகவே போவேன். என்னைப் பார்த்ததும் இரு கைகளையும் விரித்துக் கொண்டு ஓடி வருவாள். தூக்கியதும் கழுத்தைக் கட்டிக் கொண்டு “ஏம்பா வீட்ட வரேலை” என்று கேட்பாள்.

கண்களில் நீர் மறைக்க “வருவனடா செல்லம். அப்பா தூர இடத்தில வேலை செய்யிறன் அதுதான்” என்பேன். அந்த வினாடி நேர துன்பம் வெகுநேரத்துக்கு மனதில் தங்கி நிற்கும்.

சனி, ஞாயிறுகளில் நிலாவைப் பார்க்க சட்டப்படி எனக்கு அனுமதி உண்டு. அந்த நேர சந்தோஷத்தையும் ஏதும் காரணம் சொல்லி தடுக்கப் பார்ப்பார்கள். அதையும் மீறி அவளைக் காரில் ஏற்றிக்கொண்டு அவளுக்கு பிடித்தமான இடங்களுக்கு கூட்டிப் போவேன். மாலை திரும்ப அவர்கள் வீட்டு வாசலில் இறக்கி விடும் போது என் உயிரே போவது போலிருக்கும். இதென்ன வாழ்க்கை என்று சலிப்பு தோன்றும்.

அகில் நினைத்தால் ஓரளவேனும் சரிப்படுத்தக் கூடிய நிலமைதான். ஏனோ அவளும் சேர்ந்து இறுக்கி இந்த நிலைக்கு கொண்டு வந்து விட்டதாகவே தோன்றியது.

இப்போது நிலாவுக்கு ஒன்பது வயதாகிறது. அந்த குழந்தை மனதைக்கூட அவர்கள் நினைத்துப் பார்க்கவில்லை. நல்ல இடத்தில் அகிலுக்கு திரும்பவும் கல்யாணம் செய்து வைக்கிறம் பார் என்று வீறாப்பாய் சொன்னவர்கள் இப்போது அமைதியாய் இருக்கிறார்கள். காசு பணத்தால் எல்லாம் நிறைவு பெற்று விடும் என்ற அவர்களின் நினைப்பு ஒருநாள் பொய்யாகும் போது காலம் அவர்களை மீறி போய் விட்டிருக்கும். எங்காவது பார்த்தால் கூட

முகத்தைத் திருப்பிக் கொள்ளும் அகிலுடன் இனி பேசுவதற்கும் எதுவுமில்லை.

என்னுடைய நிலையைப் பார்த்து அக்காவும் அத்தானும் மெல்பேர்ணில் வேலை எடுத்துக் கொள்ளலாம் வா என்று சொன்னபடி இருந்தார்கள். எப்போதேனும் ஒரு தடவை நிலாவைப் பார்க்கும் சந்தர்ப்பத்தை விட்டு விட்டு என்னால் எங்கேயும் போக முடியவில்லை. அதை மறுத்ததில் அம்மாவுக்கு மிகுந்த மன வருத்தம்.

"அப்பிடியெண்டால் தனிய இருக்காதை. ஒரு கலியாணத்தைச் செய்" என்று நெருக்கத் தொடங்கி இன்று இந்த மேஜையில் வந்து அமர்வதில் முடிந்திருக்கிறது.

ஒரு பெண்ணின் வரவை எதிர்பார்த்துக் கொண்டு இருப்பது பெரும் சங்கடத்தைத் தருகிறது. நேரத்தைப் பார்த்தேன். ஆறு இருபது.

அப்போதுதான் கவனித்தேன். வாசல் கடந்து உள்ளே வருவது நேத்ராவாக இருக்கலாம். படத்தில் பார்த்ததை வைத்து அவள்தான் என்று தோன்றியது. மெலிந்த உயரமான தோற்றம். சுற்றும் முற்றும் பார்த்து என் மேஜையை நோக்கி வந்தாள். என்னைப் புரிந்து கொண்டு ஒரு மெல்லிய புன்னகையோடு ஹலோ என்று கை நீட்டினாள். ஹலோ என்று கை கொடுத்ததும் "சொறி. இருபது நிமிஷம் லேற். வெளிக்கிட ஒரு கோல் வந்திட்டுது. சொறி" என்று சொல்லி அமர்ந்தாள்.

"பரவாயில்லை. தமிழ் கதைக்கிறீங்கள்."

"பத்து வயதிலதான் இங்க வந்தனான். அதெப்பிடி மறக்கும். கவிதை கூட எழுதுவன். சில ஒன்லைன் மகசீன்களில எழுதியிருக்கிறன்."

"ஆ... நல்ல விஷயம்."

இயல்பான உரையாடலாக ஆரம்பித்தது தொடர்ந்து பேச வசதியாய் இருந்தது. தன்னைப்பற்றி தன் வேலை பற்றி நாலு வயது மகள் தருணியைப் பற்றி சொல்லிக்கொண்டே போனாள்.

"சரி. உங்களுக்குள் என்ன பிரச்சனை வந்து டிவோர்ஸ் வரைக்கும் கொண்டு வந்தது?"

"அதைப் பற்றி நிறையச் சொல்லலாம். நான் பிறந்து பத்து வயது வரை வளர்ந்தது கொழும்பில. அவருக்கும் சொந்த இடம் கொழும்புதான். அவரும் சின்னனிலயே இங்க வந்திட்டார். இங்க வந்து படிச்சு நல்ல வேலையில இருந்தவர். அதாலதான் அப்பா எனக்கு அவரை செய்து வைச்சவர். ஆனா அவர் எங்களோட ஒத்துப் போகேலை. நான் அப்பா அம்மாவுக்கு ஒரே ஒரு பொம்பிளைப் பிள்ளை. அண்ணாவும் அமெரிக்காவில இருக்கிறார். அப்பா அம்மாவோட நான் இருக்கத்தானே வேணும். அது அவருக்கு பிடிக்கேலை. நான் அவையின்ர சொல்லைக் கேட்டு நடக்கிறன் எண்டு பிரச்சனை. தனக்கு பிரைவசி இல்லையாம். அவையளை விட்டிட்டு வா எண்டால் நான் எப்பிடி போறது. அப்பா அம்மாவை மதிக்கிறதில்லை. ஏதும் அவையள் கதைக்க ஏலாது. உடன பிரச்சனை. பட்டதெல்லாம் போதும் எண்டு டிவோர்ஸ் எடுத்தாச்சு."

கொஞ்சம் நிறுத்தினாள். இன்னொரு அகிலாவோ என்று கணநேரம் தோன்றியது.

"ஏதோ தருணி எனக்கு இருக்கிறாள். அம்மா அப்பா இருக்கினம். இப்பிடியே இருந்திடலாம் எண்டுதான் நினைச்சன். ஆனா அப்பா அம்மா விடுகினமில்லை. இன்னொரு கல்யாணம் செய் எண்டு நிற்கினம். என்க்கு ஒரே யோசனை. ஒருக்கா பட்டு எழும்பினது பயமாய் இருக்கு. சரி ஒருக்கா கதைச்சுப் பார்ப்பம் எண்டு வந்தனான்."

நிறுத்தி நிதானமாய் பேசும் இவள் கொஞ்சம் தெளிவான பெண் போல் தெரிந்தாள்.

"சரி. தருணி எப்பிடி நினைக்கிறாள்."

"நாலு வயதுப் பிள்ளைக்கு என்ன தெரியும். ஒவ்வொரு ஞாயிறும் வந்து தருணியை கூட்டிப்போய் பின்னேரம் கொண்டு வந்து விடுவார். அவளும் வளர வளர எல்லாத்தையும் விளங்கிக் கொள்வாள்."

மனதுக்குள் வலித்தது. குழந்தைகளின் மனங்கள் நொறுங்கிப் போவதை உணர்ந்தும் ஏதும் செய்ய முடியாதவர்களாகத்தான் இருக்கிறோமா...

"சரி உங்கள் அவரின் நல்ல விஷயங்கள் எதையாவது எப்போதாவது நினைச்சுப் பார்ப்பீங்களா."

இதென்ன கேள்வி என்பது போல புருவம் சுருக்கிப் பார்த்தாள்.

"சொல்லுங்கோ..."

ஒரு வினாடி பேசாமல் இருந்தாள். கையால் நெற்றியைப் பிடித்துக்கொண்டாள்.

"தொடக்கத்தில் நல்லாய்த்தான் இருந்தவர். கவிதைகள் பற்றி பெரிதாய் ஆர்வமில்லாவிட்டாலும் வாசிச்சுப் பார்ப்பார். என்ர பேர்த்டே எல்லாம் சேர்ப்பரைசாய் கொண்டாடுவார். தருணியை வயிற்றில வைச்சிருக்கிற நேரம் அந்த மாதிரிதான் பார்த்தவர். தருணியிலயும் பாசம்தான். நல்ல குணமும் இருக்குதுதான். ஆனா சின்ன சின்ன விஷயங்களை பெரிசாக்கி சண்டை போடுவார். எதையும் ஸ்போர்ட்டிவ்வாக எடுக்கத் தெரியாது. அப்பிடி சண்டை போடுற நேரம் வேற ஆளாய் நிற்பார். எவ்வளவு நாளைக்குத்தான் மனதால கஷ்டப்படுறது. அவரோட சரியாய் களைச்சுப் போனன். அவரைப் பற்றி வேற என்ன சொல்லுறது."

சில வினாடி அமைதிக்கு பிறகு ஜூஸை ஸ்ரோவில் மெதுவாய் உறிஞ்சிக் குடித்தாள். நிமிர்ந்து என்னைப் பார்த்து "இனி நீங்கள் சொல்லுங்கோ" என்றாள்.

"கிட்டத்தட்ட ஒரே கதைதான். ஒவ்வொரு மனிதருக்கும் இரண்டு பக்கங்கள் இருக்கு. கெட்டதை விட்டிட்டு நல்லதை மட்டும் எடுத்துக்கொள்வோமே."

அவள் புரியாதவளாய் பார்த்தாள்.

"அப்பா அம்மா எங்களுக்கு நல்லதைத்தான் சொல்லுவினம். ஆனா அதை தங்கட நிலையிலயிருந்து சொல்லுவினம். அது எங்களுக்கு பொருத்தமானதா இல்லையா எண்டதை நாங்கள்தான் தீர்மானிக்க வேணும். அகில் செய்த பிழையைத்தான் நீங்களும் செய்யிறீங்களோ எண்டு நினைக்கிறன்."

சிறிது வியப்போடு பார்த்தாள்.

"நீங்கள் இப்பவும் அகிலை லவ் பண்ணுறீங்களா."

"அவளின்ர நல்ல பக்கத்தை நினைச்சுப் பார்ப்பன். அப்பிடி நினைக்கிற நேரம் அந்த அன்பும் அப்பிடியே இருக்கிறதாய்த்தான் நான் உணர்றனான்."

"அப்போ... இந்த சந்திப்புக்கு என்ன அவசியம்."

"சொறி. தவிர்க்க முடியாமல் போயிட்டுது. பிரச்சனையள் இல்லாமல் ஆருமே இல்லை. கொஞ்சம் கதைச்சுப் பார்க்கலாம் எண்டு நினைச்சன். நான் எந்த குழப்பமும் இல்லாமல்தான் இருக்கிறன். அதை உங்களிட்ட சொல்லலாம் எண்டதும் ஒரு காரணம்."

அவள் முகத்தில் ஒரு மெல்லிய புன்னகை தோன்றி மறைந்தது.

"சொல்லுங்கோ."

"காலம் எதையுமே மாத்தி வைக்கும். அதில எனக்கு நம்பிக்கை இருக்கு. இப்ப தாய் தகப்பன்ர சொல்லுக்கேட்டு நடக்கிற அகில் அவை இல்லாத காலத்திலயோ அல்லது தங்கட மகளின்ர வாழ்க்கை வீணாய்ப்போயிட்டுதே என்று அவை உணருகின்ற நேரத்திலயோ அந்தரிச்சுப்போயிடக்கூடாது. அப்ப அவளுக்கு கை குடுக்க நான் இருக்கவேணும். தவிர நிலாவுக்கு அம்மா அப்பா ரெண்டு பேரின் அன்பும் கிடைக்கவேணும். எங்கட அன்புக்காக ஏங்கிற நிலை அவளுக்கு வரவே கூடாது... அதுக்காக நான் இப்பிடியே இருக்கிறதுதான் சரியாய் இருக்கும். இன்னொரு கல்யாணம் செய்யிற நோக்கம் எனக்கு இல்லை. சொறி."

அவள் கண்களை மலர்த்தி பார்த்தாள்.

"நீங்கள் சொல்லுறது விளங்குது. ஓக்கே. நான் வாறன்."

எழுந்தவள் ஒரு வினாடி நின்றாள்.

"நீங்கள் என்னையும் குழப்பிப் போட்டியள்."

சிரித்துக்கொண்டே சொன்னாள்.

"அதுவும் நல்லதுதான்" என்றேன்.

நானும் போவதற்காக எழுந்தேன்.

மனது என்னமோ லேசானது போல் உணர்ந்தேன். அடுத்த ஞாயிறு நிலாவைப் பார்க்கப் போகும்போது என்ன வாங்கிக் கொண்டு போகலாம் என்று யோசித்துக் கொண்டே காரை நோக்கி நடந்தேன்...

நடு, இணைய சஞ்சிகை,
பிரான்ஸ்
ஜூலை 2018

அவனும் அவளும்

அழகிகள் வரிசையில் சேர்த்துக்கொள்ளும் அளவுக்கு அவள் ஒன்றும் அழகானவள் அல்ல. நிறமும் குறைவுதான். நீண்ட தலைமயிரை எண்ணை வைத்து அழுத்தமாய் வாரி பின்னியிருப்பாள். எப்போதும் நெற்றியில் பெரிய பொட்டு வைத்திருப்பாள். அவள் அதிகம் படித்தவளுமல்ல. ஊர் பள்ளிக்கூடத்தில் பத்தாவது வரையே படித்தாள். ஐந்தாம் வகுப்பு இரண்டு தடவை படித்தவள் என்பதும் அவனுக்குத் தெரியும்.

வசதியான குடும்பத்தைச் சேர்ந்தவளும் அல்ல. யாழ்ப்பாணத்திலிருந்து இடம்பெயர்ந்து அவர்கள் ஊருக்கு வந்து வாழுகின்ற குடும்பம். அப்பா வயல் செய்பவர். ஐப்பசி கார்த்திகையில் நெல் விதைத்தால் தை மாசியில் அறுவடையாகி நெல் வீடு வரும் போதுதான் கையில் காசு இருக்கும். அதுவரை பட்ட கடன்களை அடைத்து விட்டு மிகுதிப்பணத்தில் தேவையானவற்றை வாங்கிக்கொள்வார்கள். புதுத் துணி எடுப்பதாயினும் அப்போதுதான் சாத்தியப்படும். மற்றைய நாட்களில் சிரமப்படும் வாழ்வுதான்.

அவளின் அம்மா அவன் வீட்டுக்கு வந்து பல சமயங்களில் அம்மாவுக்கு உதவியாக இருந்திருக்கிறாள். உறவினர்களின் வருகையின் போது சமையலறையின் முழுப்பொறுப்பையும் எடுத்துக்கொண்டு அம்மாவை ஆறுதலாக இருக்கச்செய்வாள். அவளின் அம்மா விதம் விதமான பலகாரங்களை அவர்களுக்கு செய்து தருவாள். பனம்பழம் விழும் காலங்களில் அவனும்

அக்காவும் எடுத்து வந்து கொடுக்கும் பனம்பழங்களை அடுப்பு நெருப்பில் சுட்டு தோல் உரித்து கழி பிசைந்து மா, சீனி போட்டு பனங்காய் பணியாரம் சுட்டு தருவாள். அவள் சுட்டு தரும் பனங்காய் பணியாரம் பஞ்சு மாதிரி மென்மையாக இருக்கும். அப்படி ஒரு ருசியை வேறு யாரும் சுட்டுத் தருவதில் உணர்ந்ததில்லை. அம்மாவும் பார்த்தும் பாராமல் பணமாகவோ பொருளாகவோ நிறைய உதவி செய்வாள். உதவி செய்ய வருபவள்தானே என்று மதிப்பு குறைவாய் நடத்தியதில்லை.

அக்கா ஓரிரு தடவை அணிந்த தன் உடைகளை அவளுக்கு கொடுத்திருக்கிறாள். அவற்றை சந்தோஷமாய் வாங்கி உடுத்திக்கொள்வாள். வருஷாவருஷம் வருகின்ற முருகன் கோவில் ஆனி உத்தர திருவிழாவுக்கு அக்கா கொடுத்த சரிகை போட்ட சில்க் பாவாடை சட்டை போட்டு வருவாள். இரட்டைப் பின்னல் போட்டிருப்பாள். ஆரம்ப நாட்களில் பெற்ரோமாக்ஸ் வெளிச்சத்திலும் சரி பின் நாட்களில் மின்சார வெளிச்சத்திலும் சரி கோவிலுக்குள் நிற்கும் அவளைத்தான் அவன் பார்த்துக்கொண்டிருப்பான். இருட்டுப் பகுதியில் ஆண்கள் பக்கத்தில் நின்று அவன் தன்னைப் பார்ப்பதை அவள் அறிய வாய்ப்பிருக்காது.

அழகு, படிப்பு, வசதி என்று எல்லாவற்றிலுமே நடுத்தரத்திலும் கொஞ்சம் குறைவாகவே இருந்த அவளை எப்படிப் பிடித்துப்போனது என்று அவனுக்கே தெரியாமல்தான் இருந்தது. பல விஷயங்களுக்கு காரணம் கண்டு பிடிக்க முடியாதது போலவே இதற்கான காரணத்தையும் அவனால் கண்டு பிடிக்க முடியவில்லை.

யோசித்துப் பார்த்தால் அவளின் கண்கள்தான் அவனை ஈர்த்திருக்க காரணமோ என்று தோன்றியது. சதைப்பிடிப்பற்ற அவள் முகத்தில் கண்கள் மட்டும் அழகானதாய் அமைந்திருந்தது. அடர்த்தியான இமைகளுடன் சேர்ந்த அகன்ற கண்கள். எதிரே நிற்பவரின் கண்களைத் தாண்டி மனதை ஊடுருவும் பார்வை. பட படவென்று அடித்துக்கொள்ளும் இமைகள் எதிராளியை வசப்படுத்தும் தன்மை வாய்ந்ததோ என்று பல நேரங்களில் யோசித்திருக்கிறான்.

அம்மா அக்கா எல்லோருமே அவள் மீது அன்போடுதான் நடக்கிறார்கள். அதுதான் அவனுக்குள் இருந்த விருப்பத்தை

தண்ணீர் ஊற்றி வளர்த்திருக்க வேண்டும். சின்ன வயதிலிருந்தே அவளைப் பார்த்திருக்கிறான். அவளின் அம்மா அவன் வீட்டுக்கு உதவி செய்ய என்று வந்தால் சிலவேளைகளில் அவளும் கூடவே வந்து நிற்பாள். அவன் வீட்டு பின் கிணற்றடியில் கொய்யாமரம் நிறை காய்களுடன் இருக்கும்.

"அண்ணா. இரண்டு கொய்யாப்பழம் பிடுங்கித் தாங்கோ" என்று கேட்பாள்.

அண்ணா என்ற வார்த்தை அப்போதிருந்தே அவனுக்கு உவப்பானதாய் இருந்ததில்லை.

"அண்ணா எண்டு கூப்பிடாதை" ரகசியமாகச் சொல்லுவான்.

"பின்ன எப்பிடி கூப்பிடுறது. நீங்கள் என்னை விட பெரிய ஆள்தானே."

இதற்கு மறுமொழி சொல்லத் தெரியவில்லை. வளர வளர அவளின் அண்ணா என்ற அழைப்பு இன்னமும் பிடிக்காமல் போனது.

அவள் பத்தாவது வகுப்புடன் பாடசாலையிலிருந்து நின்று விட்டாள். அந்த நேரம் அம்மா மிகவும் சுகயீனம் அடைந்திருந்த நேரம். அக்காவும் யாழ்ப்பாணம் பல்கலைக்கழகத்தில் படிக்கப் போய்விட்டதால் அவள்தான் வந்து அம்மாவைப் பார்த்துக்கொண்டாள். அவளின் பொறுமையும் கனிவும் பெற்ற தாயையே கவனிப்பது போன்ற அக்கறையும் அவன் மனதை இன்னமும் அவள் மீது நெருங்க வைத்தது.

அவன் பெரதேனியா பல்கலைக்கழகத்துக்கு தெரிவாகிய நேரம். படிக்க போவதற்கு முன்பாக தன் மனதில் இருப்பதை அவளிடம் சொல்லிவிட நினைத்தான். அவளை நினைக்கும் போது ஏற்படும் பரவசம், அவளை ஒரு நாளேனும் பார்க்கா விட்டால் ஏற்படுகின்ற வெறுமை, எல்லாம் அவனுக்குள் இருந்த அவள் மீதான விருப்பத்தை மேலும் உறுதி செய்ய உதவியது. அவள் தவிர இந்த உலகத்தில் வேறேதும் பெரியதாய் இல்லை என்று நம்ப வைத்தது.

அவள் மீதான விருப்பத்தையும் அவன் தடுமாற்றத்தையும் அக்கா எப்படியோ தெரிந்து கொண்டு விட்டாள். அவனிடம் கேட்டபோது அவனால் மறைக்க முடியவில்லை.

“ஓம் அக்கா. உனக்கு அவளைத் தெரியும்தானே. நல்ல குணம் எல்லாம் இருக்கு.”

அக்கா திகைத்துப் போய் பார்த்தாள்.

“உனக்கு என்ன விசரே. நல்ல பிள்ளைதான். அதுக்கு கல்யாணம் செய்யிற வரைக்கும் போறதே. உது எல்லாம் சரி வராதடா. பேசாமல் இரு. முதல்ல படிச்சு முடிக்கிற வழியைப் பார்.”

அக்காவின் மறுப்பு கவலையைத் தந்தது. ஆனாலும் பொருட்படுத்த தோன்றவில்லை. அந்த இருபது வயதுக் காலத்தில் அப்படித்தான் இருக்க முடிந்திருக்கிறது. இது சரியா பிழையா என்று அவனுக்கு தெரிந்திருக்கவில்லை. ஆனால் அவளுக்கு அது புரிந்திருக்கிறது. அவன் விருப்பத்தை கிணற்றடிக்கு தண்ணீர் அள்ள வந்தவளிடம் கொய்யாமரத்தின் கீழ் நின்று சொன்னபோது அதிர்ச்சியுடன் பார்த்தாள்.

“என்ன அண்ணா நீங்கள்... என்ன சொல்லுறீங்கள்.”

“அண்ணா எண்டு சொல்லாதை” பதட்டத்துடன் சொன்னான்.

அவள் சிறிது நேரம் பேசாமல் நின்றாள். மனதின் அதிர்வை கண்கள் காட்டித் தந்தன.

“இதெல்லாம் சரியாய் வராது... தேவையில்லாமல் பிரச்சனையள் தான் வரும்.”

அவன் முகத்தை நேராய் பார்த்து சொன்னாள். அந்தக் கண்களும் பார்வையும் மனதை ஆழமாய் வந்து தாக்கியது. அந்தக் கண்களில் எதையாவது மறைத்து வைத்திருக்கிறாளா என்று தேடினான். உள்ளூர விருப்பம் இருந்து அதை சொல்ல தயங்குகிறாளா என்று ஆராய்ந்தான். எதுவுமே புரியவில்லை.

“இதெல்லாம் இப்பவே விட்டிடுங்கோ அண்ணா... ஒருதரிட்டயும் சொல்லிப்போடாதேங்கோ. என்னைத்தான் பிழையாய் நினைப்பினம்.”

அவள் விறு விறுவென்று போய்விட்டாள். அந்த வினாடியில் அவன் மனம் முழுவதுமாய் நொறுங்கிப் போனது. அதன் பின் அவள் வீடு வருவதையும் அவனை எதிர் கொள்வதையும் இயன்ற வரை தவிர்த்துக் கொண்டாள்.

அந்த மன வலியுடனேயே அவன் பெரதேனியா பல்கலைக் கழகத்திற்கு போனான். லீவுக்கு வரும் நாட்களிலும் அவளை அதிகம் பார்க்க முடிவதில்லை. இன்னொரு தடவை கதைத்துப் பார்க்கலாம் என்றாலும் அதற்கும் அவள் சந்தர்ப்பம் தரவில்லை. அவள் நினைவும் அந்த கண்களும் பல நாட்கள் அவனை வருத்திக் கொண்டிருந்தது.

படிப்பு படிப்பு என்று நாட்கள் நகர்ந்தது. படிப்பு முடிய லண்டன் வந்து விட்டான். தொடர்ந்து ஏற்பட்ட இடப்பெயர்வினால் அவள் குடும்பம் வேறெங்கோ போய் விட்டதாகவும் அவளுக்கு அங்கே திருமணம் நடந்ததாகவும் அக்கா சொன்னாள். சொல்லத் தெரியாத தவிப்பில் கொஞ்சக் காலம் மூழ்கிக் கிடந்தான். அவளின் கண்கள் நினைவுப் பரப்பில் நீண்ட காலம் தங்கியிருந்தது. லண்டனின் யந்திர வாழ்வில் அதுவும் சிறிது சிறிதாக மறைந்து போயிற்று.

லண்டனுக்கு படிக்க என்று வந்த நித்தியாவை திருமணம் செய்து கொண்டான். இரண்டு குழந்தைகள். இன்னொரு உலகம் அவனுக்காய் திறந்து கொண்டதாய் உணர்ந்தான். நித்தியா இனிய குணம் வாய்த்தவள். ஊரில் நடக்கும் பிரச்சனைகளை நினைத்து கவலை கொள்பவள். தன் நண்பர்களுடன் சேர்ந்து ஊரில் உள்ளவர்களுக்கு தன்னால் ஆன உதவிகளை செய்பவள்..

இங்குள்ளவர்களிடமிருந்து பாவித்த உடுப்புக்களை சேகரித்து பெட்டி பெட்டியாய் ஊருக்கு அனுப்புவாள். வீடு முழுக்க பெட்டிகளும் உடுப்புகளுமாக இருக்கும். நாலைந்து பேர் சேர்ந்து நின்று அடுக்கிக் கொண்டிருப்பார்கள். எந்நேரமும் யாருக்காவது உதவி செய்வது பற்றியே தொலைபேசியில் பேசிக் கொண்டிருப்பாள்.

"ஹலோ ராகவி. தகப்பனில்லாத குடும்பம் ஒண்டு இருக்கு. நாலு பிள்ளையள். அதுகளை பொறுப்பெடுக்கிறியா. கோழி வளர்க்க உதவி செய்யலாம். உழைப்புக்கு ஏதும் வழி செய்து குடுத்தா அதுகள் சீவிச்சுக் கொள்ளுங்கள். நீ ஓமெண்டால் அதுகளின்ர போன் நம்பர் தாறன். இதுகளிட்ட போன் இல்லை. பக்கத்து வீட்டாக்களின்ர நம்பர்தான். நேர கதைச்சு ஏலுமானதைச் செய்."

"ஹலோ... மிஸிஸ். சிவச்சந்திரன். உங்களுக்கும் ஒரு குடும்பம் உதவி செய்ய வேணும் எண்டு பவித்ராவிட்ட சொன்னனீங்களாம். சில

குடும்பங்களின்ர விபரம் உங்களுக்கு மெயில் பண்ணி விடுறன். பாருங்கோ.”

இப்படி ஊரில் உள்ள அவலப்பட்ட குடும்பங்களின் விபரங்களை எடுத்து அங்குள்ளவர்களுக்கு கொடுத்து தொடர்பையும் ஏற்படுத்திக் கொடுப்பாள்.

“பாவங்கள் அப்பா. செட்டிகுளம் காம்ப்பிலயிருந்து மீள் குடியேற்றம் எண்டு வந்து வெறும் ஆட்களாய் நிற்குதுகள். எத்தனையோ சனம் உதவியில்லாமல் அந்தரிக்குதுகள். கண் இல்லாமல் கை கால் இல்லாமல் எத்தினை சனம். தாயை தகப்பனை இழந்து எத்தினை பிள்ளையள்... அதுதான் எங்களால ஏலுமானதை செய்யிறம். பாருங்கோ அந்த சனங்களுக்கு உதவி வேணும் எண்ட உடன இங்க எத்தினை பேர் முன் வந்திருக்கினம் எண்டு.”

“உண்மைதான். நல்ல விஷயம்தானே செய்.”

அவள் எதைச்செய்தாலும் சரியாய் செய்வாள் என்பதால் அவன் எதிலும் தலையிடுவதில்லை. ஒரு விதத்தில் அவளின் இந்த இயல்பு அவனுக்கு பிடித்திருந்தது.

ஒரு குடும்பத்துக்கு மாடு வாங்கிக்கொடுக்கப் போகிறேன் என்று ஒரு நாள் சொல்லி காசு அனுப்புவாள். அடுத்த மாதம் தாயுமில்லை தகப்பனுமில்லை படிக்க ஒரு பிள்ளைக்கு உதவி செய்யப்போறன் மாதாமாதம் ஐயாயிரம் அனுப்ப வேணும். பாவம். என்பாள்.

“மனுசன் ஷெல் பட்டு செத்துப்போயிட்டுதாம். ரெண்டு பிள்ளையள். ஓலெவலும் எட்டாம் வகுப்பும் படிக்குதுகள். சொந்தக்காணியும் இல்லாத்தால வீட்டுத்திட்டமும் இல்லையாம். அதுகளுக்கு பாதுகாப்பாய் இருக்க ஒரு அறையோட ஒரு வீடு கட்டிக் குடுக்கப் போறன். எனக்கு இண்டைக்கு காசு எடுக்க போக நேரமில்லை. ஒரு ஐநூறு பவுண்ஸ் வித்ரோ பண்ணித் தாங்கோ. நாளைக்கு வெம்பிளி போறன். அப்பிடியே குளோபல் எக்ஸ்சேஞ்ச்சில குடுத்து அனுப்பி விடலாம்” அவன் எடுத்து வந்து கொடுக்க நித்தியா மறுநாளே போய் அனுப்பி வைத்தாள்.

ஊரில் இருந்த அவர்கள் வீடும் இடிந்து போய் விட்டதால் அக்காவுக்கு வீடு கட்டிக் கொடுத்தார்கள்... வீட்டில் உள்ள மரங்கள் கூட அழிந்து விட்டதாய் அக்கா கவலைப்பட்டாள். கொய்யாமரம் நிற்கிறதா இல்லையா என்று அவன் கேட்கவில்லை.

கொய்யாமரத்துடனான நினவுகள் அவன் மனதை ஒரு கணம் அசைத்து விட்டுச் சென்றது.

ஊரில் அக்காவின் மகளுக்கு திருமணம் என்பதால் இலங்கை போவதாய் முடிவெடுத்தார்கள். பிரயாணத்துக்கு ஆயத்தமான போது ஒவ்வொருவரும் ஒவ்வொரு பார்சல் கொண்டு வந்து தந்தார்கள். தாங்கள் பார்க்கும் குடும்பத்தினருக்கான உடுப்புகள், பிள்ளைகளின் படிப்புக்கான உபகரணங்கள் கொண்ட பொதிகள்.

"நாங்கள் பார்க்கிற குடும்பத்துக்கு இதைக் குடுத்து பார்த்திட்டு வா நித்தியா. இந்தக் காசையும் கையில குடுத்து விடு."

ஒவ்வொருவரும் தந்த பொதிகளால் பிரயாணப் பைகள் நிரம்பி விட்டன.

"அங்க உள்ளதுகள் பாவங்கள் எண்டு ஆசையாய் தருகுதுகள். என்னெண்டு வேண்டாம் எண்டு சொல்லுறது. சமாளிச்சு கொண்டு போவம். நாலு பேரின்ர வெயிற் இருக்குத்தானே."

நித்தியாவும் ஒரு பெரிய பொதியை உள்ளே வைத்தாள்.

"நாங்கள் பார்க்கிற குடும்பத்து பிள்ளையளுக்கும் உடுப்புகளும் வேற பொருளும் வாங்கின்னான்."

எல்லாவற்றையும் சீராய் அடுக்கி வைத்தாள்.

ஓகஸ்ட் மாதம் ஊருக்கு வந்தார்கள். வீட்டின் பின் பக்கம் கிணற்றடிக்கு அருகில் இப்போது கொய்யாமரம் இல்லை. புதிதாய் ஒரு மாதுளை மரம் செழிப்பாய் நின்றிருந்தது. இடப்பெயர்வு நேரங்களில் கவனிக்க ஆட்களற்று கொய்யாமரம் பட்டுப் போயிருக்கலாம். அந்த இடத்தைப் பார்த்ததும் அவளின் நினைப்பு வந்தது.. அவளின் முகமும் பெரிய கண்களும்தான் மனதுக்குள் வியாபித்து நின்றது.

இப்போது எங்கே இருக்கிறாளோ...

அக்காவின் மகளின் திருமணம் நல்லபடி நடந்து முடிந்தது. அந்த ஆரவாரம் முடிய இன்னொரு ஆரவாரம் தொடங்கியது. ஒவ்வொரு குடும்பமாக வீட்டுக்கு அழைத்த நித்தியா அவர்களுக்காக தந்து விட்டிருந்த பொருட்களை கொடுத்துக் கொண்டிருந்தாள். அவர்களை புகைப்படமும் எடுத்துக் கொண்டிருந்தாள்.

"உங்களுக்கு உதவி செய்யிறவையிட்ட கொண்டு போய் காட்டுறன். அவைக்கு சந்தோஷமாய் இருக்கும்."

"அவையளுக்கு தாங்ஸ் எண்டு சொல்லி விடுங்கோ அன்ரி. அவையளாலதான் பசி பட்டினி கிடக்காமல் சாப்பிட்டுக் கொண்டிருக்கிறம்" என்று அழுதவர்கள்தான் அதிகம்.

அன்று மதிய வெயில் சற்று தணிந்திருந்த நேரம்.

"அப்பா ஒருக்கா இங்க வாங்கோ."

நித்தியா அழைத்ததால் அவன் முன் அறைக்கு வந்தான்.

"இவைதானப்பா நாங்கள் உதவி செய்யிற ஆட்கள். வீடு போட உதவி செய்து சீவியத்துக்கு கோழி வளர்க்கவும் படிக்கிறதுக்கும் உதவி செய்தம். இவைக்குத்தான்."

எதிரே பார்த்தவன் ஒரு கணம் விக்கித்து நின்றான்.

அவள்... அவள்தானா...

கலைந்து போன தலைமயிருடன்... பொட்டு இல்லாத முகத்துடன்... மெலிந்து ஒடுங்கிப் போன தோற்றத்தில் நைந்து போன ஒரு சேலை கட்டி... கடவுளே... இதென்ன கோலம்...

கலங்கிய கண்களுடன் அவனை நிமிர்ந்து பார்த்துவிட்டு தலையைத் தாழ்த்திக் கொண்டாள்.

இந்த வீட்டுக்கு வந்த பின்தான் உதவி செய்வது தாங்கள்தான் என்று தெரிய வந்திருக்கும்.

அவளின் கண்களில் நிறைந்து போயிருந்த நீர் கோடு கீறிக்கொண்டு கன்னங்களில் வழிந்தது.

என்றோ ஒரு காலம் அவன் கனவுகளை ஆக்கிரமித்திருந்த அந்த அழகான கண்களை இப்போது கண்ணீர் நிரம்பிய கண்களாக பார்க்க அவனால் தாங்க முடியாதிருந்தது.

பக்கத்தில் சின்ன வயது அவளாக அந்த சிறு பெண். தாய் அழுவதை கலக்கத்துடன் பார்த்துக்கொண்டு நின்றது. அருகில் ஊன்றுகோலுடன் பன்னிரண்டு வயது சிறுவன்.

"அப்பா. இவனுக்கு செயற்கைக்கால் பொருத்த ஏற்பாடு செய்ய சொல்லியிருக்கிறன். செலவை நாங்கள் தாறம் எண்டனான்.

ஓடி ஆடி விளையாட வேண்டிய பிள்ளை. பாவம். இவையின்ர கதையளைக் கேட்க எனக்கு தாங்குதில்லை... தாயையும் மனிசனையும் ஷெல்லடிக்கு பறிகுடுத்திட்டு சீவியத்துக்கு வழியில்லாமல் நிர்க்கதியாய் நிற்குதுகள்."

அவன் மௌனமாய் நின்றான். அவளை அந்த நிலையில் பார்த்த வினாடியிலிருந்து அவன் மிகவும் கலங்கிப் போயிருந்தான். அவளின் அழுத முகம் அவன் கண்களையும் கசிய வைத்தது.

நித்தியா அவனைப் பார்த்து "என்னப்பா நீங்களும் கவலைப்படுறீங்களா... இங்க பக்கத்திலதான் முந்தி தாங்களும் இருந்தவையாம். அந்தக் காலத்தில தங்களுக்கு நிறைய உதவியள் நீங்கள் செய்தனீங்களாம்" என்றவள் அவளிடம் திரும்பி "அழாதேங்கோ. உங்களுக்கு நாங்கள் இருக்கிறம்" என்றாள்.

"இந்தாங்கோ" என்று கொண்டு வந்த பொருட்களைக் கொடுத்தாள்.

அவள் இரு கரத்தாலும் வாங்கி நெஞ்சோடு அணைத்துக் கொண்டு கைகளைக் கூப்பினாள்.

"தாங்ஸ் அக்கா" என்றவள் அவனைப் பார்த்து கண் கலங்க "தாங்ஸ் அண்ணா" என்றாள்.

அந்தப் பார்வையும் வார்த்தையும் அவனை அதிர வைத்தது.

பரிதவிப்போடு அவள் முகத்தைப் பார்த்தான்.

இவளுக்கு தான் ஒரு அண்ணனாகவே இருந்திருக்கலாமோ என்ற நினைப்பு எழுந்ததை அவனால் தவிர்க்க முடியவில்லை. ஏனோ இப்போதும் மனசுக்குள் வலித்தது.

இந்த வலி வேறு.

ஜீவநதி
ஓகஸ்ட் 2018

இருட்டின் நிறம் வெள்ளை

சின்ன வயதிலிருந்தே அவனுக்கு இருட்டு என்றால் பயம். பொழுது சாய்ந்து விட்டால் வெளியே எங்கும் போக மாட்டான். வீட்டின் முன்புறத் திண்ணையில் லாம்பு வெளிச்சத்தின் அருகேயே அமர்ந்திருப்பான். நினைவு தெரிந்த நாளிலிருந்து அக்காவின் பக்கத்தில்தான் பத்து வயது வரை படுத்திருக்கிறான். அக்காவின் கை அவன் முதுகை அணைத்துக் கொண்டிருக்கும். அதுவே அவனுக்கு நிம்மதியான நித்திரையைத் தரும். அக்காவுடன் வாய்க்கால்கரையில் நடப்பதுபோல, தண்ணீர் தெளித்து விளையாடுவது போல சந்தோஷமான கனவுகள் எல்லாம் வரும். கனவில் கூட இருட்டைக் காண விரும்பாதவன் அவன். இருட்டைக் கண்டு பயந்திருந்ததற்கும் இப்போது இருட்டுடனேயே வாழ்வதற்கும் இடையே எத்தனையோ காலங்கள் கடந்து போய் விட்டது. இப்போது முப்பத்தாறு வயதில் இருட்டே பழகி விட்ட நிலையில் முந்திய நாட்களின் பயத்தை எண்ணிப்பார்ப்பதில் என்ன பலன் இருக்கப் போகிறது.

இன்றைய பொழுது எப்படி கழியப் போகிறது என்ற கேள்வி முன் நின்று பயமுறுத்துகிறது. மலர் எப்படி சமாளிக்கப்போகிறாளோ...

வயிற்றுக்குள்ளிருந்து எதுவோ புரண்டு எழுந்து வந்து தொண்டையை இறுக்கியது.

மலர் வெறும் தேநீர் நிரம்பிய கோப்பையை அவன் கையில் கொடுத்து விட்டுப் போனாள். இனிப்பு குறைவுதான். ஆனாலும்

பரவாயில்லை. நாளைக்கு இதற்கும் வழி இருக்குமா தெரியவில்லை. இந்த பசி பட்டினி எல்லாம் சின்ன வயதிலிருந்தே பழகிய ஒன்றுதான். அப்பா கூலி வேலைக்குப் போவார். ஆனால் வீட்டுக்கு ஒழுங்காக காசு தருவதில்லை. அப்பா குடித்து விட்டு சத்தம் போடுவதையும் அம்மாவுக்கு அடிப்பதையும் நித்தம் நித்தம் பார்த்து வளர்ந்தவன் அவன். அக்காதான் இருவருக்கும் இடையில் நின்று விலக்கு பிடிப்பாள். அவளின் சொல்லைத்தான் அப்பா கொஞ்சமென்றாலும் கேட்பார்.

அக்காவுக்கு பத்து வயதான போதுதான் அவன் பிறந்தான். அவனுக்கு முதல் பிறந்த பெரியண்ணா சின்னண்ணாவை விட அவன் மீதுதான் அக்காவுக்கு மிகுந்த அன்பு. அப்பாவிடம் அடி உதை வாங்கிய நோய்வாய்ப்பட்ட அம்மாவை விட அக்காதான் அவர்களையெல்லாம் பார்த்துக் கொண்டவள்.

அப்போதெல்லாம் பாடசாலையிலிருந்து வந்து சாப்பிடும் ஒரு நேரச் சாப்பாடுதான் அவர்களுக்கு இருந்தது. இரவில் பசிக்குது என்று கேட்டால் அக்கா "உனக்கு கதை சொல்லுறன் வா. அப்ப பசிக்காது" என்று கதை சொல்லிப் படுக்க வைப்பாள். அல்லது அரை றாத்தல் பாண் வாங்கி ஒவ்வொரு துண்டு வெறும் தேநீரில் தோய்த்து சாப்பிடத் தருவாள். அந்த வயதில் அக்கா நீ சாப்பிட்டாயா என்று கேட்க தெரிந்திருக்கவில்லை. ஆனால் பெரியண்ணா தனக்கு கிடைத்த ஒரு துண்டில் பாதி பிய்த்து அக்காவுக்கு கொடுத்துவிடுவான். பாவம் அக்கா அவளிடம் பசிக்குது என்று சொல்லக்கூடாது என்று தோன்றும். ஆனால் வயிறு சுருளும்போது அக்காவிடம்தான் கேட்கத்தோன்றும்... அக்கா பத்தாம் வகுப்பு வரைதான் படித்தாள். வீட்டுச்சூழல் அவளைப் படிக்க விடவில்லை. பக்கத்து வீடுகளில் அரிசி இடிக்கப் போவாள். வீட்டு வேலைகள் செய்து கொடுப்பாள். அதில் வரும் காசில்தான் ஓரளவு சமைத்து சாப்பிட முடிந்தது.

அப்படியெல்லாம் தன்னை வருத்தி வீட்டைப் பார்த்துக் கொண்ட அக்கா ஒருநாள் அவர்களை விட்டு அவலமாய் இறந்து போனாள். அப்போது அவனுக்கு பத்து வயது. ஒரு அதிகாலை இந்திய இராணுவம் சோதனை என்ற பெயரில் ஊருக்குள் வந்தது. நாலு பேர் வாசல் கதவை தள்ளிக் கொண்டு உள்ளே வந்தார்கள். துப்பாக்கி முனையில் அவர்களை வரிசையாய் நிற்க வைத்து அக்காவை மட்டும் முன் பக்கம் தள்ளினார்கள். ஓடிப்போய் தடுத்த பெரியண்ணாவை கீழே தள்ளி மிதித்தார்கள். பயத்தோடும் பதை

பதைப்போடும் கத்தி அழுத அக்காவை சட்டையைப் பிடித்து இழுத்து தங்கள் வாகனத்தில் ஏற்றிக்கொண்டு போனார்கள். இரண்டாம் நாள் வயற்கரை பாலத்தின் கீழ் அக்காவின் உடல் கிடந்தது. எடுத்து வந்து முற்றத்தில் கிடத்தி அழுது தீர்த்தார்கள்.

அன்றைய துன்பம் அவனின் மனதில் ஆறாத வடுவாக பதிந்து கொண்டது. அக்கா போன பின்பு அவனது நிலை இன்னும் பரிதாபமாய் மாறியது. எந்நேரமும் அழுது கொண்டிருக்கும் அம்மாவின் பக்கத்திலேயே சுருண்டு கிடந்தான். இரவு வந்தாலே அக்காவின் ஞாபகம் வந்துவிடும். இருட்டுக்குள் அவள் கையணைப்புக்காக மனம் ஏங்கும். கண்களில் நீர் வழிய வழிய பயத்தோடு படுத்திருப்பான். இருள் சூழும் பொழுதெல்லாம் அக்காவின் கதறல்தான் கேட்டுக்கொண்டே இருக்கும். பதறி எழுந்து கொள்வான். அம்மாவை இறுகக்கட்டிக்கொள்வான். அம்மாவின் கை அவனை அரவணைத்துக்கொள்ளும்.

அம்மா ஒழுங்காக சமைப்பதுமில்லை. பல நேரங்களில் அடுப்பு வெறுமையாய் கிடக்கும். பாணை வாங்கி வந்து பகிர்ந்து தருவாள். அக்கா இல்லாததால் அப்பா இன்னும் மோசமானவராய் மாறிப் போனார். எல்லாத்துக்கும் அம்மாதான் காரணம் என்று திட்டிக்கொண்டே இருந்தார்.

கொஞ்ச காலம் போனதும் பெரியண்ணா சின்னண்ணா இருவரும் அடுத்தடுத்து இயக்கத்திற்கு போய்விட்டார்கள். அதன் பின் அவர்களை வெகு நாட்களாக அவன் பார்க்கவில்லை. தொண்ணூற்றிஆறாம் ஆண்டுக்குப் பிறகு இடம்பெயர்ந்து அக்கராயனில் இருந்தபோது மணலாறு சண்டையில் இறந்தது என்று பெரியண்ணாவின் உடலை கொண்டு வந்து தந்தார்கள். அத்துடன் அம்மா உடைந்து விட்டாள். மூன்று மாதத்தில் அம்மாவும் படுக்கையில் கிடந்து இறந்து போனாள்.

அதற்குப்பின் அவனால் வீட்டில் இருக்க முடியவில்லை. அம்மாவை வாழ்க்கை முழுவதும் துன்பப்பட வைத்த அப்பாவை மன்னிக்க முடியவில்லை. அவனும் ஒரு மத்தியானப் பொழுதில் போய் இயக்கத்தில் சேர்ந்து கொண்டான்.

அந்த வாழ்க்கை அவனுக்கு பிடித்தமானதாய் இருந்தது. வாழ்க்கைக்கு ஒரு அர்த்தம் கிடைத்ததாய் உணர்ந்தான். தனிமையான பொழுதுகளில் அக்காவின் நினைவு வரும். கலவரம் கொண்ட அவள் முகமும் கதறலும் நெஞ்சுக்குள் சொல்ல இயலா

துயரத்தை தந்து கொண்டேயிருக்கும். அக்காவின் நினைவு வரும் போதெல்லாம் அவன் வேறு ஆளாய் மாறி ஓர்மத்தோடு நிற்பான்.

அன்றைய ஓர் இரவு நாளில் ஆனையிறவின் சுற்றுப்புறத்தில் சன்னங்கள் மழையாய் பாய்ந்து வந்த ஒரு கணத்தில் முகத்தில் காயமுற்று விழுந்தான். மயக்கம் தெளிந்து எழுந்த போது நிரந்தர இருளை உணர்ந்தான். எத்தனை வலி... எவ்வளவு சிகிச்சை...

நண்பர்கள் கை பிடித்து ஆறுதல் சொன்னார்கள்.

"கவலைப்படாதேடா. நாங்கள் இருக்கிறம்."

தோளணைத்த கைகளை உணர்ந்தபோது வாய் விட்டு அழத் தோன்றியது.

கண்கட்டு அவிழ்த்து மருந்துகள் போட்டும் பலனில்லை. இறுதியில் இருளோடு வாழ்தலே மிஞ்சிய வாழ்வாயிற்று. மனதை ஆற்றிக்கொண்டான். இருள் என்பது அவ்வளவு பயமுறுத்தும் விஷயமில்லை என்று உணர்ந்தான். பழகிக் கொண்டான்.

"விரும்பினால் வீட்டுக்கு போறியா" என்று செழியன் அண்ணா வாஞ்சையோடு கேட்டார். அவனுக்கு வீடு என்று எதுவும் இல்லை. அப்பா வன்னேரிக்குளம் முதியோர் இல்லத்தில் இருப்பதாய் அறிந்திருந்தான்.

"போறதுக்கு இடமில்லை அண்ணா. நான் இங்கயே இருக்கிறன்."

செழியன் அண்ணா ஆதரவோடு அவன் தோளை அணைத்துக் கொண்டார்.

அப்போதைய சமாதான நாட்களில் வெடிச்சத்தமோ குண்டுவீச்சு விமானங்களின் ஓசைகளோ கேட்காத அமைதி நிலவியது. அந்த இல்லத்தில் அவன் சுலபமாக தன்னை இணைத்துக் கொண்டான். அங்கிருந்த அத்தனை பேரும் ஒவ்வொரு வகையில் இழப்புகளுக்கு உள்ளானவர்களே. ஆனாலும். ஒருவருக்கொருவர் உதவியாக இருந்தார்கள். கண்வலி ஏற்படும் போது இரு கால்களையும் இழந்த அமுதன் மருந்து விட்டு விடுவான். ஒரு கையை இழந்தாலும் மறு கையால் அவன் கை பிடித்து பாமரன் கூட்டிப்போவான்.

அந்த நேரம்தான் அவர்களின் உதவிக்காக வேந்தன் வந்து அங்கேயே தங்கியிருந்தான். அவனுக்கு பக்கத்து ஊரைச்சேர்ந்தவன் வேந்தன். ஏற்கனவே அறிமுகமானவன். எல்லோர் இழப்பின் வலிகளுக்கும்

மருந்திடுவது போல வேந்தனின் அணுகுமுறை இருக்கும். தன் பேச்சுக்களினால் அந்த இடத்தையே கலகலப்பாக்குவான். வேந்தனை எல்லோருக்கும் பிடித்திருந்தது.

அந்த முகாமில் இருந்த நாட்களில் அவன் தும்பு வேலை, பிரம்பு பின்னும் வேலைகளில் பயிற்சி பெற்றான். இருட்டு கூட ஒரு தோழனாய் அரவணைப்பது போல உணர்ந்தான். எந்த வித்தியாசமும் இல்லாததால் இரவு நேரங்கள் இப்போது அவனை பயமுறுத்துவதில்லை.

ஒரு மாலை நேரம் வாசலில் வாகனத்தின் ஓசை. ஆரோ வருகினம் என்றான் அமுதன். காலடி ஓசை அவனை நெருங்கியது. அவன் தோளைத் தழுவிய கரங்களின் அழுத்தம்... மனதுக்குள் திக் கென்ற அதிர்வு.

"எப்பிடியடா இருக்கிறாய்."

"சின்னண்ணா..."

கத்திக்கொண்டே பாய்ந்து அணைத்துக்கொண்டான்.

"இங்க நீ இருக்கிறாய் எண்டு இப்பதான் அறிஞ்சனான். மாறன் அண்ணைதான் சொல்லிக்கூட்டி வந்தவர்."

சின்னண்ணாவின் குரலைக்கேட்டதும் அழுகை வந்தது. சின்னண்ணாவுடன் நிறைய பேச வேண்டும் போலிருந்தது. வார்த்தைகள் தொண்டைக்குள்ளேயே சிக்குப்பட்டு நின்றது.

இரவு வரை சின்னண்ணா இருந்தார். தட்டில் இடியப்பம் எடுத்து சொதியுடன் கலந்து குழைத்து அவனுக்கு ஊட்டிவிட்டார். புறப்படும் போது அவன் தோளை அணைத்து,

"நேரம் கிடைச்சா வாறன். கவனமாய் இரு. உன்னைப் பற்றி மாறன் அண்ணையிட்ட கேட்டுக்கொள்ளுவன்" என்று சொல்லிவிட்டு போனார்.

மாறன் அண்ணா அவனின் தோளைத்தட்டி "சின்னண்ணா வந்தது சந்தோஷமா" என்று சிரித்துக்கொண்டே கேட்டார்.

"தாங்ஸ் மாறன் அண்ணா."

அன்றைக்கு பிறகு சின்னன்ணா வரவேயில்லை. அடிக்கடி அவன் சின்னன்ணாவை நினைத்துக்கொள்வான். அந்த

நாட்களில்தான் அவன் வாழ்விலும் ஒரு திருப்பம் ஏற்பட்டது. அவன் இருந்த முகாமின் பக்கத்தில்தான் மலரின் வீடு இருந்தது. அதற்கு எதிர்ப்பக்கம் இருந்த பெண்களின் முகாமில் இவர்களை மாதிரியே உள்ள பல பெண் போராளிகள் இருந்தார்கள். மலர் அடிக்கடி போய் அவர்களுக்கு பல உதவிகள் செய்வாள். அந்த முகாமுக்கு பொறுப்பாளராக இருந்தவர் சாம்பவி அக்கா. மாறன் அண்ணாவின் மனைவி.

சாம்பவி அக்காவின் குரலில் அன்பும் வாஞ்சையும் கலந்திருக்கும். கனிவான அந்தக்குரலைக் கேட்கும்போதெல்லாம் அவனுக்கு அக்காவின் ஞாபகம் வரும். என்னப்பன் செய்யிறாய் என்று அக்காவே கேட்பது போல் இருக்கும். அக்கா மாதிரியே பெரிய கண்கள் சாம்பவி அக்காவுக்கு இருக்கக்கூடும். குரலில் இருக்கும் ஒற்றுமை தோற்றத்திலும் இருக்கும் என்று அவன் மனதார நம்பினான். சாம்பவி அக்காவும் மாறன் அண்ணாவும் இரண்டு குழந்தைகளுடன் பக்கத்தில்தான் இருந்தார்கள். செழியன்அண்ணா தூர இடங்களுக்கு போகும் சந்தர்ப்பங்களில் அவர்கள்தான் இவர்களையும் பார்த்துக் கொள்வார்கள்.

ஒருநாள் சாம்பவி அக்காதான் மலரை அறிமுகம் செய்து வைத்தாள். அதன் பிறகு அவன் முன்புறம் நின்றால் அவனையும் மலர் சுகம் விசாரிப்பாள். அப்படி ஏற்பட்ட பழக்கம் கல்யாணத்தில் வந்து முடியும் என்று அவன் எதிர்பார்க்கவில்லையெனினும் அதுவே நடந்து முடிந்தது.

மலரின் குடும்பமும் பல இழப்புக்களையும் துன்பங்களையும் கண்டதுதான். அதனாலேயே அவனையும் அன்போடு அரவணைத்துக்கொண்டது. அவளின் கை தொட்டு "ஏன் மலர்" என்ற போது உள்ளுக்குள் அழுகை வந்தது. அவன் கையை எடுத்து தன் கைக்குள் அவள் வைத்துக்கொண்டாள். அந்த நெகிழ்ச்சியான உணர்வை சொல்ல எந்த வார்த்தைகளும் தேவைப்படவில்லை. அவனைப்பொறுத்த வரை இந்த உலகத்தின் எந்த அழகுகளையும் அவன் உணர்ந்ததில்லை. பசியும் கண்ணீரும் கலந்த உலகம் அழகை இழந்திருந்ததாகவே அவனுக்குத் தோன்றியிருக்கிறது. ஆனால் இப்போது இந்தப் பெண்ணின் மன அழகு இதுவரை அறியாத ஒரு அழகிய உலகத்தை அவனுக்குள் உணர வைத்தது.

புதிதாய் ஏற்றுக்கொண்ட வாழ்க்கை இயல்பாய் நகர்ந்து போனது. மலரின் அப்பா வயல்வேலைகளுக்கு போவார்.

வீட்டில் இருந்து மலரும் அவள் அம்மாவும் மிக்சர், முறுக்கு செய்வார்கள். அவைகளை அவன் பொதி செய்து கொடுக்க மலர் கடைகளுக்கு கொண்டு போய் கொடுப்பாள். ஏதோ இரண்டு வேளையாவது சாப்பிடக் கூடிய அளவுக்கு வருமானத்தைத் தேடிக் கொண்டார்கள்.

சேயோன் பிறந்து ஒரு வயதான போது மறுபடி சண்டை தொடங்கி ஓட்டம் ஆரம்பமானது. ஒவ்வொரு ஊராக ஓடி கடைசியில் முள்ளிவாய்க்கால் வரை போய் நின்றார்கள். அந்த காலங்களை இப்போது நினைத்தாலும் மனம் வலிக்கும். அந்த பதட்டமான சூழலில் சின்னண்ணா அடிக்கடி நினைவுக்கு வருவார். எங்கே நிற்கிறாரோ எப்படி இருக்கிறாரோ என்று மனம் கலங்கும். சாம்பவி அக்கா, மாறன் அண்ணா, செழியன் அண்ணா தொடங்கி தனக்கு தெரிந்த ஒவ்வொருவரையும் நினைத்துப் பார்ப்பான். எவரைப் பற்றியும் அறிந்து கொள்ள சூழ்நிலை இடம் தரவில்லை. அந்தக் கடைசி நேரத்தில் மலரின் அப்பாவையும் இழந்து அம்மாவுடன் அவர்களும் செட்டிகுளம் முகாமுக்கு போனார்கள்.

அங்கே இருந்த ஒரு வாரத்தில் ஒரு மத்தியானப் பொழுதில் திடீரென வாகனத்தில் வந்து இறங்கிய இராணுவத்தினரால் அவன் கைது செய்யப்பட்டான். சாப்பிட்டுக் கொண்டிருந்த பாதியிலேயே அவனை இழுத்துக்கொண்டு போனார்கள்.

"அவர் இயக்கத்தை விட்டு எவ்வளவோ நாளாச்சு. கண் தெரியாதவர். அவரை விட்டிடுங்கோ…"

என்ற மலரின் கதறல் கணக்கெடுக்கப்படவில்லை.

"கண் தெரியாட்டியும் குண்டுகள் தயாரிக்கத்தெரிஞ்சிருக்குத்தானே. விசாரிச்சிட்டு விடுறம்." மீசைக்காரன் அவளைப் பார்த்து உறுமினான்.

மூன்று வருஷம் விசாரணைகளிலும் புனர்வாழ்வு முகாம் வாழ்க்கையிலும் கடந்து போனது. வார்த்தையில் சொல்ல முடியாத துன்பங்கள் அவமானங்களை எல்லாம் தாங்கிக்கொள்ள வேண்டியதாயிற்று. அத்தனை விசாரணைகளிலும் பாதி உண்மைகளையே பேசினான். மீதியை மனதுக்குள்ளேயே புதைத்துக்கொண்டான். மூன்று வருஷங்களின் பின் வவுனியாவில் வைத்து விடுவிக்கப்பட்டான். வீட்டுக்கு பக்கத்தில் இருக்கும்

இராணுவமுகாமில் மாதா மாதம் போய் கையெழுத்து போட வேண்டும் என்று சொல்லி விட்டார்கள்.

மலரும் சேயோனும் அவனைக் கூட்டிப் போக வவுனியாவுக்கு வந்திருந்தார்கள். மலரின் தோளைக்கட்டிக்கொண்டு விம்மினான்.

"இந்த மட்டில விட்டிட்டாங்களே. அது போதும். இனி ஒண்டுக்கும் யோசிக்காதேங்கோ. வாங்கோ."

மலர் கை பிடித்து கூட்டிப் போனாள்.

பேரூந்தில் கிளிநொச்சி நோக்கி பயணித்தார்கள். சேயோனை மடியில் இருத்தி தடவிக்கொண்டே கலங்கி அழுதான்.

"அழாதேங்கோ. இனி பிரச்சனை இல்லை. அவர்கள் உங்களை விட்டதே போதும்."

"சீவியத்துக்கு என்ன செய்யிறீங்கள்" கவலையுடன் கேட்டான்.

"ஏதோ சமாளிக்கிறம். வெளிநாட்டிலயிருந்து சியாமளா எண்டு ஒரு அன்ரி எங்களை மாதிரி கஷ்டப்பட்டவைக்கு கொஞ்ச உதவி செய்தவ. அவ அனுப்பின காசில கொஞ்சம் கோழியள் வாங்கி விட்டனான். அதுவும் வவுனியாவிலயிருந்துதான் வீரசிங்கண்ணை வாங்கி வந்து தந்தவர். வீட்டில மரக்கறி போட்டிருக்கிறன். அப்பிடி இப்பிடி ஏதோ சீவியம் போகுது."

வீட்டுக்கு வந்த பின் வீட்டின் மோசமான நிலையை உணர்ந்து கொண்டான். மேலே தகரம் போட்டு கட்டப்பட்ட மண்வீடு. தடவி தடவி முன் திண்ணையில் அமர்ந்து கொண்டான். வருமானத்திற்கு ஏதாவது வழி தேடிக் கொள்ள வேண்டும் என்ற நினைப்பு முந்திக்கொண்டு வந்து நின்றது. ஒரு நேரத்துக்கு எப்படியாவது சோறும் ஒரு கறியும் மலர் சமைத்து விடுவாள். மற்றைய நேரத்தில் வெறும் தேநீரோ பாண்துண்டோ அதை வைத்து சமாளித்துக் கொண்டார்கள். இப்போதெல்லாம் தன் சின்ன வயது நாட்கள் அவனுக்கு அடிக்கடி ஞாபகத்துக்கு வந்தன. அன்று தான் இருந்த இடத்தில் இப்போது சேயோன் இருப்பதாக தோன்றியது. அந்த நினைப்பே பெரும் துயரத்தை தந்தது.

"ஏதாவது தொழில் செய்ய வேணும் மலர். என்ன செய்யலாம்?"

"அதுதான் நானும் யோசிக்கிறன். சியாமளா அன்ரியிட்டதான் திரும்பவும் உதவி கேட்டனான். மா,தூள் அரைக்கிற மெஷின்

வாங்கித்தந்தால் நாங்களே வீட்டில வைச்சு அரைச்சு பைக் பண்ணி கடைக்கு குடுக்கலாம்தானே. தான் வேற ஆட்களிட்டயும் கதைச்சுப் பார்த்திட்டு சொல்லுறன் எண்டவ. நீங்கள் வந்த பிறகு உங்களோடயும் கதைக்கிறன் எண்டவ. வாற ஞாயிறு இரவு கதைப்பா எண்டு நினைக்கிறன். அந்த மெஷினை மட்டும் வாங்க அவ உதவி செய்திட்டால் காணும். சாப்பாட்டுப் பிரச்சனை தீர்ந்திடும். கொஞ்சம் நிம்மதி."

ஏதாவது உதவி கிடைக்கக்கூடும் என்ற எதிர்பார்ப்பே பெரும் ஆறுதலாக இருந்தது.

அவன் வீட்டுக்கு வந்த பின் அவனை வேந்தனும் வேறு சில நண்பர்களும் வந்து பார்த்தார்கள். ஒவ்வொருவரின் கதைகளும் கவலையையும் பதை பதைப்பையுமே தந்தது. தன்னைப் பார்க்க வருபவர்களிடம் சின்னண்ணா பற்றி விசாரிப்பான். யாருக்கும் எதுவும் தெரிந்திருக்கவில்லை. இருக்கிறாரா... இல்லையா என்ற கேள்வி எந்நேரமும் மனதை வருத்திக்கொண்டே இருந்தது. வேந்தன்தான் நிறையப்பேரின் கதைகளை அவனுக்குச் சொன்னான். அவனுக்கு தெரிந்த மாறன் அண்ணா, செழியன் அண்ணா உட்பட பல பேரின் இல்லாமை மனதுக்குள் தாங்க முடியாத துயரத்தை தந்தது.

"அப்ப சாம்பவி அக்கா... பிள்ளைகள்..."

"அவர்களைப்பற்றி எதுவும் தெரியேலை... நானும் விசாரிச்சுக் கொண்டுதான் இருக்கிறன்."

அன்று ஞாயிற்றுக்கிழமை. காலையிலேயே வேந்தன் வீட்டுக்கு வந்தான்.

"அண்ணை அண்டைக்கு சாம்பவி அக்காவைப் பற்றி விசாரிச்சனீங்கள். நான் நேற்று தற்செயலாய் அவவைக் கண்டனான். மாறன் அண்ணையும் இல்லைத்தானே. ரெண்டு பிள்ளையளோட தனிய ஒரு சின்னக் கொட்டில் வீட்டில இருக்கிறா. அவவுக்கும் ஒரு கால் இல்லாமல் போச்சுதண்ணை.. நீங்கள் விடுதலையாகி வந்ததைச் சொல்ல சந்தோஷப்பட்டா."

அவனுக்கு மனம் பதறியது.

"வேந்தன். என்னை ஒருக்கா சாம்பவி அக்காட்ட கூட்டிப் போறியே."

“மலரக்காட்ட கேளுங்கோ அண்ணை.”

“மலர். நான் போய் பார்த்திட்டு வரட்டே.”

“சரி. நீங்க முதல்ல வேந்தனோட போய் பார்த்திட்டு வாங்கோ. நான் பிறகு போய் பார்க்கிறன்.”

“அண்ணை. எட்டு கட்டை தூரம். சைக்கிளில இருப்பீங்களே.”

“நான் இருப்பன். வா.”

விசுவமடுவில் உள்ள சாம்பவி அக்காவின் வீட்டை அவர்கள் அடைந்தபோது சூரியன் உச்சிக்கு ஏறி விட்டிருந்தது. முகத்தில் சுள்ளென்று அனல் அடித்தது. வேர்த்து விறு விறுத்துப் போய் இறங்கிய தங்களை அவள் ஆச்சரியத்துடன் பார்த்திருப்பாள் என்பது அவனுக்குத் தெரியும்.

சாம்பவி அவன் கையைப் பிடித்து” நீ வந்திட்டாய் எண்டு அறிஞ்சு சந்தோஷமாய் இருக்குதப்பன்... மலர், சேயோன் எல்லாரும் எப்பிடி இருக்கினம்.”

அதே கனிவான குரல். குரலால் மட்டுமே அவன் உணர்ந்த சாம்பவி அக்கா.

“நாங்கள் சுகமாய் இருக்கிறம். நீங்கள் எப்பிடி அக்கா இருக்கிறீங்கள்.”

கேட்கும் போதே அவனுக்கு தொண்டை அடைத்துக்கொண்டது.

“ஏதோ இருக்கிறம். என்ர அம்மா அப்பாவும் சரி மாறன்ர அம்மா அப்பாவும் சரி இப்ப இல்லை. அவற்ர சகோதரங்களோடயும் எந்த தொடர்பும் இல்லை. எனக்கும் ஒருதரும் இல்லை. எப்பிடியோ வாழ்க்கை போகுது.”

குரலில் ஆற்றாமை மின்னித்தெறித்தது.

“ஏதோ இந்த பிள்ளையளுக்காக வாழத்தானே வேணும். எனக்கு ஒரு காலும் இல்லாமல் போச்சு. தோள் மூட்டில இன்னமும் சன்னம் இருக்கு. ஒரு பக்கம் சுள் சுள்ளெண்ட வேதனை. வெளி நாட்டில இருக்கிற எங்கட ஊர்ப்பிள்ளைதான் கொஞ்ச காசு தந்து இந்த கொட்டிலை போட்டனான். வேலி அடைச்சு கொஞ்ச வாழையளும் போட உதவி செய்தது. இந்த வருமானம் என்னத்துக்கு காணும். எங்களுக்கு படிப்பும் இல்லை. கூலி வேலை செய்யக்கூட போய்வர ஏலாது. அக்கம் பக்கத்து சனம் அப்பப்ப

ஏதாவது தரும். கையேந்தி சாப்பிடுற நிலை போல அவமானம் வேற இல்லை. என்ர கதையை விடு. நீ என்ன செய்யப்போறாய்."

"பாப்பம் அக்கா. என்னாலயும் என்ன செய்ய ஏலும். ஏதும் இருந்த இடத்து வேலைதான் செய்ய வேணும்."

பகிர்ந்து கொண்ட அத்தனை வார்த்தைகளும் துயரத்தையே அதிகரிக்கச் செய்தது.

சாம்பவி அக்கா கரைத்துத் தந்த தேசிக்காய் தண்ணியை குடித்துவிட்டு திரும்பினார்கள்.

"பாவம் அண்ணை. சாம்பவி அக்கா முந்தி எப்பிடி இருந்தவ. இப்ப தனிய இருந்து ரெண்டு பிள்ளையளையும் எப்பிடி வளர்த்தெடுக்கப் போறாவோ தெரியேலை."

பாரமாகிப் போன மனதுடன் அவன் அமைதியாய் வந்தான்.

வீட்டுக்குப் போனதும் ஆவலோடு மலர் கேட்டாள்.

"சாம்பவி அக்கா எப்பிடி இருக்கிறா?"

அவன் எதுவும் பேசவில்லை. வேந்தன்தான் போனதிலிருந்து நடந்தவைகளை மலருக்கு சொல்லிக்கொண்டிருந்தான்.

தன்னைச் சுற்றி படர்ந்திருந்த இருட்டுக்குள் அவன் ஆழ்ந்து போனான். மூச்சு திணறியது. திண்ணையிலேயே சரிந்து படுத்து விட்டான்.

மலர் நெற்றியில் கை வைத்துப் பார்த்தாள். "என்னப்பா செய்யுது" கவலையுடன் கேட்டாள்.

"ஒண்டுமில்லை. கொஞ்ச நேரம் இதில படுத்திருக்கிறன்."

"சரி. படுத்திருங்கோ"

உறங்கினானா இல்லையா... அவனுக்கே தெரியவில்லை. ஒரு அடர்ந்த காட்டின் நடுவே நீண்டிருந்த ஒற்றையடிப் பாதையில் அக்கா அழுது கொண்டே வருவது போல் கனவு வந்தது. அக்கா என்று அவன் கூப்பிட்ட போது மலர் அவன் தோளைத்தட்டி எழுப்பினாள்.

"சியாமளா அன்ரி உங்களோட கதைக்கவாம். இந்தாங்கோ கதையுங்கோ."

கைபேசியை அவன் கையில் வைத்தாள்.

"ஹலோ..."

"தம்பி நான் சியாமளா அன்ரி கதைக்கிறன். நீங்கள் ஒண்டுக்கும் யோசிக்காதேங்கோ. உங்களுக்கு ஒரு வருமானம் வாறதுக்கான ஒழுங்கைச் செய்யலாம். மா அரைக்கிற மெஷின் வீட்ட இருந்தால் வீட்டிலயே இருந்து தொழில் செய்யலாம் எண்டு மலர் சொன்னவ. எங்கட அக்கா ஒருலட்சம் காசு உங்களுக்கு தாறாவாம். அந்த காசுக்கு நீங்க மெஷினை வாங்குங்கோ. வங்கியில உங்கட கணக்கில காசைப் போட்டு விடுறம்."

அவன் ஒரு வினாடி மௌனமாய் நின்றான்.

"சரியா தம்பி."

"அன்ரி. கஷ்டத்தில இருக்கிற எங்களுக்கு உதவி செய்யிறீங்கள். அது எவ்வளவு பெரிய விஷயம். ஆனா எங்களுக்கு தெரிஞ்ச ஒரு போராளி அக்கா இருக்கிறா. அவவுக்கு ஒரு கால் இல்லை. அவரும் இல்லை. சொந்த பந்தம் எண்டும் ஆரும் இல்லை. தனிய ரெண்டு பிள்ளையளோட சரியாய் கஷ்டப்படுறா. இந்தக் காசை அவவுக்கு குடுத்தா மெஷினை வாங்கி வீட்டில இருந்தபடி வருமானம் எடுத்துக் கொள்வா. அந்த அக்காக்கு குடுக்கிறீங்களா."

அவன் குரல் கர கரப்பாய் ஒலித்தது.

சில வினாடி சியாமளா அன்ரியின் குரல் கேட்கவில்லை.

"அன்ரி."

பதட்டத்துடன் அழைத்தான்.

"சரி தம்பி. உங்கட விருப்பப்படி அவவுக்கு குடுப்பம். அப்ப உங்களுக்கு..."

"பரவாயில்லை அன்ரி. ஏதோ ஒரு நேரம் எண்டாலும் எங்களுக்கு சாப்பிட வழியிருக்கு. அதுவும் உங்கட உதவியாலதான். ஆனா அந்த அக்காவுக்கு அதுக்கும் வழியில்லை."

"சரியப்பன். காசை உங்களுக்கு போட்டு விடுறம். நீங்கள் அவவுக்கு குடுத்து விடுங்கோ."

"சரி அன்ரி. தாங்ஸ்."

கைபேசியை கீழே வைத்தான்.

"மலர்."

"ம்."

"பாவம் சாம்பவி அக்கா."

அவன் கை மீது மலரின் கை அழுத்தமாய் படிந்தது.

அவனுக்குத் தெரியும். மலரின் கண்களும் இப்போது கலங்கிப் போயிருக்கும் என்று.

தாய்வீடு
கனடா
செப்டம்பர் 2018

பறவைகளின் நண்பன்

மெல்லிய பச்சை வண்ணம் பூசப்பட்ட, கைப்பிடி சற்று வளைந்திருந்த அந்த மர இருக்கையில் அவன் அமர்ந்திருந்தான். ஒரு மாதத்தின் பின் அவனைப் பார்த்ததில் ஒரு மகிழ்ச்சி வந்தது. அவன்தானா என்று பார்வையைக் கூர்மையாக்கினேன். சிறகடித்துக்கொண்டே சூழ நின்ற பறவைகளைப் பார்த்த போதே அவன்தான் என மனம் உறுதிப்படுத்தியது.

நடைபாதையிலிருந்து விலகி புல்வெளியில் கால் பதித்து அவனை நோக்கிப்போனேன். இடது பக்கம் குழந்தைகள் விளையாடிக்கொண்டிருந்தார்கள். முன்பென்றால் ஞாயிற்றுக்கிழமை மாலைகளின் இந்த இடம் கலகலப்பாக இருக்கும். நிறைய கூட்டம் இருக்கும். நடைபாதையில் நடப்பதே சிரமமாக இருக்கும். புல் வெளியில் குழந்தைகள் ஓட பெற்றோர் பின்னால் துரத்திக்கொண்டிருப்பார்கள்.

இப்போது இந்த கோவிற் பிரச்சனையில் சனங்கள் வந்து அதிகம் உலவுவதில்லை. தங்கள் சுதந்திரத்துக்கு கட்டுப்பாடு வந்துவிட்டதே என்று சலித்துக்கொண்டே வீட்டுக்குள்ளேயே அடைந்து கிடக்கிறார்கள். கட்டுப்பாடு சிறிது தளர்ந்த நேரத்தில் இப்படி ஒரு ஞாயிற்றுக்கிழமைகளில் இந்த பூங்காவுக்கு குழந்தைகளை விளையாட கூட்டி வருகிறார்கள்.

இந்த பூங்கா புல்வெளிகளுடனும், நடைபாதையுடனும் பரந்திருக்கிறது. அதன் ஒரு பக்கத்தில் சிறிய நீரோடை.

அதன் குறுக்காக சிறிய மரப்பாலம். நீரோடையின் சரிவில் பச்சைப்பசேலென்ற பசுமை. அந்த சரிவின் மேட்டில் இரண்டு உயரமான மரங்கள். அதன் அருகே வரிசையாய் நான்கு மர இருக்கைகள். அதில் கடைசியாய் இருந்த இருக்கை மட்டும் பச்சை வண்ணம் அடிக்கப்பட்டு தனியாய் தெரியும். அதன் கைப்பிடிகள் சற்று வளைந்திருக்கும். அந்த இருக்கையில்தான் அவன் அமர்ந்திருந்தான். எப்போதுமே அந்த இருக்கையில்தான் அவன் அமர்வான். அதற்கு ஏதும் காரணங்கள் இருக்குமோ தெரியவில்லை.

அவனுக்கு மிகவும் நீளமான பெயர். சுருக்கமாக ஜோ. பளபளத்த மஞ்சள் நிற முகம். சிறிய கண்கள். எதிரே நிற்பவரை ஊடுருவும் பார்வை. புன்னகை மலர்ந்திருக்கும் உதடுகள். பார்த்த முதல் வினாடியே பிடித்துப்போகும் வசீகரம்.

சற்று குனிந்து மடியில் வைத்திருந்த பைக்குள் இருந்த தானியங்களை வலது கையால் எடுத்து விசிறி விசிறி போட்டுக்கொண்டிருந்தான். வேகமாய் வந்து உண்ணும் பறவைகள் மீது அவன் பார்வை பதிந்திருந்தது. அந்த பறவைகள் மீது என்ன பிரியமோ...

இந்தப் பறவைகளுக்காகவே அவன் இங்கு வருகிறானோ என்று பல சமயங்களில் நான் நினைத்துக்கொள்வதுண்டு. வெண் நிறத்தில் சாம்பல் நிறம் தடவிய இறகுகளுடன் இந்த பறவைகள் கூட்டமாய் நின்று உண்பதை பார்க்க மிகவும் அழகாக இருக்கும்.

நீரோடைகள் இருக்குமிடங்களில் இந்த பெலிகன் இன பறவைகளை அதிகம் பார்க்கலாம். பிரிஸ்பேர்ணில் பல இடங்களில் இப்பறவைகள் உலவுவதை பார்த்திருக்கிறேன். நான் அப்பறவைகளை பார்த்துக்கொண்டே கிட்ட நெருங்கினேன்.

க்கும்... க்கும் என்று சிறு ஒலியை எழுப்பியபடியே தங்கள் முன்னால் வந்து விழும் வெண்ணிற பொரிகளை தம் நீண்ட அலகினால் கொத்தி விழுங்கிக் கொண்டிருந்தன.

சற்று குனிந்திருந்த அவனின் உதடுகள் சிறிது அசைவது போல் தெரிந்தது. அந்த பறவைகளுடன் ஏதாவது பேசுகிறானா... என்ன பேசுவான்...

தான் பிறந்து வளர்ந்த வியட்நாம் பற்றியோ... அல்லது கடல் தாண்டி வந்து இப்போது வாழும் அவுஸ்திரேலிய வாழ்வு பற்றியோ

பேசக்கூடும். சமீபகாலமாக தான் அனுபவிக்கின்ற துயரம் பற்றிக்கூட பகிரக்கூடும்.

நான் அருகே சென்று "ஜோ..." என்றேன்.

சட்டென்று நிமிர்ந்தவன் "டொக்டர்" என்றபடி எழுந்து நின்றான்.

மாலைநேர மஞ்சள் வெய்யில் பட்டு அவன் முகம் பொன்னிறமாய் ஒளிர்ந்தது. சிறிய கண்களில் சிறு மலர்வு தெரிந்தது. என்னை எதிர்பார்த்தவன் போல அவன் மெல்ல புன்னகைத்தான். தடித்த உதடுகள் சற்று விரிந்து மூடியது. சதைப்பிடிப்பான கன்னத்தை கையால் தேய்த்தபடி "ஹலோ டொக்டர்... நான்கு ஞாயிற்றுக்கிழமைகள் நீங்கள் இங்கு வரவில்லை. இன்று வரக்கூடும் என்று என் மனசு சொன்னது" என்றான். தெளிவான ஆங்கிலத்தில் பேசினான்.

"மாறி மாறி ஏதாவது வேலைகள் வந்து விடுகின்றன. என்ன ஜோ. பறவைகள் என்ன சொல்கின்றன."

அவன் அதே புன்னகையுடன் பறவைகளைப் பார்த்தான்.

"பறவைகளின் பாஷை கூட எனக்கு இப்போதெல்லாம் புரிகிறது டொக்டர்."

"நல்லது. நீ பேசிக்கொண்டிரு. உன்னிடம் சொல்ல ஒரு விஷயம் இருக்கிறது. வருகின்ற புதன்கிழமை ஒரு மருத்துவ கற்பித்தலுக்காக பேர்த்துக்கு போகிறேன். மூன்று மாதம் அங்கேதான் இருப்பேன். வரும் செப்டம்பர் கடைசியில் திரும்பி வந்துவிடுவேன்."

ஒரு வினாடி அவன் முகம் மாறியது. ஒரு வித தவிப்போடு என்னைப் பார்த்தான்.

"கவலைப்படாதே. எல்லாவற்றுக்கும் இங்கே மருத்துவ வசதி இருக்கிறது. எதுவென்றாலும் எங்கள் மெடிக்கல் சென்ரருக்கு போ. டொக்டர் மார்ஷாவிடம் காட்டிக்கொள்."

"சரி டொக்டர்" குரல் மெலிதாய் ஒலித்தது.

என் தோளுக்கு மேலாக பின்புறம் சென்ற அவன் பார்வையில் ஒரு மிரட்சி தெரிந்தது. நான் திரும்பிப் பார்த்தேன்.

பொன் நிற முடிகள் தோளில் பரவ வெள்ளை வெளேரென்ற நிறத்தில் பழுப்பு கண்களுடன் மெல்லிய உயரமான தோற்றத்தில் ஒரு இளம்பெண் முகமெல்லாம் சிரிப்புடன் வந்து கொண்டிருந்தாள்.

"அவள் என் சிநேகிதி லாரா. அவளுக்கு என் விஷயம் தெரியாது."

வார்த்தைகள் திக்கித் திணறி வந்தது.

எனக்குப் புரிந்தது.

"வெறும் சிநேகிதியா... அல்லது..."

"என்னைப் பொறுத்தவரை வெறும் சிநேகிதிதான். அவள்தான் என்னைக் காதலிப்பதாக சொல்லிக்கொண்டிருக்கிறாள்."

நான் அவன் முகத்தைப் பார்த்தேன். கண்களின் கீழ் தசையில் ஒரு அசைவு.

உதடுகளில் ஒரு நடுக்கம். கண நேரத்தில் சுதாகரித்துக்கொண்டு முகத்தில் மலர்ச்சியை வரவழைத்துக்கொண்டான்.

"ஹாய் ஜோ..."

அருகே வந்த பெண்ணிடம் "இவர் டொக்டர் ராஜ். தெரிந்தவர்."

என்று அறிமுகம் செய்து வைத்தான். அந்த பெண் வேறு நாட்டைச்சேர்ந்தவளாய் இருக்கவேண்டும். முக பாவனையும் பளிங்கு கண்களும் ஐரோப்பிய இனத்தவர் என்று அடையாளப்படுத்தியது. அவனை விட சற்று உயரமாக இருந்தாள். அவனை கண்கள் பளிச்சிடப் பார்த்தாள். அந்த பார்வையில் ஒருவித நெகிழ்ச்சி இருந்தது.

நான் ஹலோ சொல்லி இருவரிடமும் விடை பெற்று நடைபாதைக்குத் திரும்பினேன்.

சீராக நடக்கத் தொடங்கினேன்.

மனம் அமைதியாக இல்லாமல் உள்ளுக்குள் அலைபாய்ந்தது. சிறிது நடந்து விட்டு திரும்பிப் பார்த்தேன். இருவரும் இருக்கையில் அமர்ந்து பேசிக்கொண்டிருந்தார்கள். மனதுக்குள் பெரும் பாரம் அழுத்தியது.

என் ஐம்பது வயதுக்குள் என் மருத்துவ சேவையில் எத்தனையோ பேரைப் பார்த்திருக்கிறேன். விதம் விதமான நோய்கள், விதம்

விதமான பாதிப்புக்கள் என்று மொழி தாண்டி இனம் தாண்டி வரும் மனிதர்கள்.

பிரிஸ்பேனின் வடக்கு நகர் ஒன்றின் மருத்துவ நிலையத்தில் கடமை புரியும் என்னிடம் முதல் தடவை ஜோ ஒரு நோயாளியாக வந்த நாள் எனக்கு நன்றாக நினைவிருக்கிறது. அதற்கு முன்னால் ஆறு மாதங்களாக அவனை அறிந்திருக்கிறேன். வேலைகள் அற்ற ஞாயிற்றுக்கிழமைகளில் இந்த பூங்காவுக்கு நான் நடைப்பயிற்சிக்கு வருவதுண்டு. அந்த ஞாயிறுகளில் தவறாமல் அவனை இதே நீரேரியின் கரையில் இதே இருக்கையில் பார்த்திருக்கிறேன். ஆரம்பத்தில் புன்னகையை பரிமாறிக்கொண்டு கடந்து போயிருக்கிறேன். பின்னர் அதே இருக்கையில் அமர்ந்து பேசத்தொடங்கினோம். அவ்வப்போது தன்னைப்பற்றியும் சொல்லியிருக்கிறான்.

அவனது கதை மிகவும் துயரம் நிறைந்தது. சிரித்துப் பேசும் இந்த இளைஞன் இருபத்தெட்டு வயதுக்குள் இத்தனை துன்பம் அனுபவித்திருக்கிறானே என்று கவலையோடு நினைத்திருக்கிறேன்.

"எனக்கு அப்பா இல்லை. அவர் அன்பை நான் உணர்ந்ததில்லை. தம்பிக்கு ஒரு வயது இருக்கும் போதே அவர் எங்களை விட்டு விட்டு வட வியட்நாமுக்கு போய்விட்டார். அம்மா தனியாக இருந்து எவ்வளவோ கஷ்டப்பட்டு எங்களை வளர்த்தாள். வியட்நாமின் மேகாங் ஆற்றங்கரைக்கிராமம் ஒன்றில்தான் நாங்கள் வாழ்ந்தோம். அம்மாவின் சின்ன வயதுக் காலமெல்லாம் துன்பத்திலேயே கழிந்திருக்கிறது. அமெரிக்க இராணுவத்தின் ஆக்கிரமிப்பு போரின் அத்தனை வலிகளையும் சின்ன வயதில் அனுபவித்தவள். வறுமை ஒருபுறம், உயிர்ப்பயம் ஒருபுறமுமாக மூங்கில் காடுகளில் ஒளித்து ஒளித்து வாழ்வைக் கடந்தவள். அப்பா விட்டுப் போனதும் அதே வறுமை தொடர்ந்தது. பசி பட்டினியோடுதான் எங்கள் வாழ்க்கை இருந்தது. நானும் தம்பியும் நீர் நிலைகளில் தூண்டில் போட்டு பிடித்துவரும் சிறுமீன்களை சுட்டு சாப்பிடுவோம். சோளம் பயிர் செய்வோம். பூசணி நடுவோம். அந்த வருமானங்கள் போதவில்லை. எங்கள் உறவில் சிலர் அவுஸ்திரேலியா போகலாம் என்று தீர்மானித்து எங்களையும் அழைத்தார்கள். இருந்த சிறு நிலத்தையும் விற்று மிகுதிக்கு கடன் பட்டு அவர்களோடு நாமும் புறப்பட்டோம். இந்தோனேஷியா வரை விமானத்தில் வந்து அங்கு ஆறு மாதங்கள் நிர்க்கதியாய் நின்றோம். பின் அங்கிருந்து படகில் இங்கே வந்தோம். நவுறு முகாமில் இரண்டு வருஷம் இருந்து

படாதபாடு பட்டோம். ஏன் வந்தோம் என்று கூட நினைக்கவைத்த காலங்கள் அவை. அதன் பிறகு எத்தனையோ விசாரணைகளுக்கு பிறகு பிரிஸ்பேன் கொண்டு வந்து விட்டார்கள். இப்போதும் தற்காலிக விசாதான். அதை புதுப்பித்துக்கொண்டு இருக்கிறோம். இந்த நாடு அனுமதிக்கும் வரை இங்கு வாழலாம் என்ற தற்காலிக நிம்மதிதான் இது."

சுறு சுறுப்பாகவும் அழகாகவும் புத்திசாலியாகவும் உள்ள இளைஞன்... இயற்கையை ரசிப்பவன், பறவைகளை நேசிப்பவன், உள்ளுக்குள் நிறைய சோகங்களை வைத்திருப்பவன்.

சோர்வாக இருக்கிறது, வழமை போல் சாப்பிட முடிவதில்லை என்று சொல்லித்தான் என்னிடம் காட்ட வந்தான். பரிசோதித்துப்பார்த்தேன். காய்ச்சல் இல்லை. இரத்த அழுத்தம் இல்லை. நாடித்துடிப்பு சீராக இருந்தது. யோசித்துப்பார்த்ததில் சின்ன சந்தேகம் எழுந்தது.

"எழுதித் தருகிறேன். இரத்தப்பரிசோதனை செய்து கொள்ள."

அதன்படி அவன் இரத்தம் கொடுத்து. அதன் மருத்துவ அறிக்கை அடுத்த நாள் அவசரம் என்று குறிப்பிடப்பட்டு என் மேஜையில் இருந்தது. அவசரம் என்பதால் தொலைநகலில் அனுப்பப் பட்டிருக்கிறது.

அதைப் படித்த எனக்கு தலை சுற்றியது. ஓரளவு ஊகம் இருந்தது. அதை எழுத்தில் படிக்கும்போது ஆற்றாமை எழுந்தது. அவனுக்கு இரத்தப்புற்றுநோய்க்கான அறிகுறி. இரத்தத்தில் வித்தியாசம் காட்டியது.

வரவேற்பு பெண்ணிடம் சொல்லி அவனை வீட்டில் யாரையாவது கூட்டிக்கொண்டு வரும்படி தகவல் கொடுத்தேன்.

மறுநாள் மதியப்பொழுதில் வந்தான். தனியேதான் வந்தான்.

"வீட்டிலிருந்து யாரையும் கூட்டி வரவில்லையா..."

அவன் புருவத்தை சிறிது உயர்த்தி கேள்விக்குறியுடன் பார்த்தான்.

"உன் வீட்டில் உள்ள யாருடனாவது நான் பேச வேண்டும்."

"ஏன் டொக்டர் எனக்கு ஏதாவது பிரச்சனையா... எதுவாயினும் என்னிடமே சொல்லுங்கள்."

“உனக்கு இரத்தத்தில் சிறு வித்தியாசம் இருக்கிறது. நீ றோயல் பிரிஸ்பேன் பொது வைத்தியசாலைக்கு போக வேண்டிவரும். உன் மருத்துவ அறிக்கைகளை அங்கு அனுப்பிவிட்டேன். இரத்தபுற்று நோய் நிபுணர் குழுவுடனும் கதைத்திருக்கிறேன். அவர்கள் உன்னை அழைப்பார்கள்.”

ஒரு வினாடி அவன் முகம் அதிர்ச்சியில் உறைந்தது. உதடுகள் துடிக்க ஏக்கத்தோடு என்னைப் பார்த்தான். கண்களை வெட்டி முகத்தை தாழ்த்திக் கொண்டான்.

சிறிது நேரம் அவனிடமிருந்து எந்த வார்த்தையும் வரவில்லை. தன்னை நிதானப்படுத்த அவனுக்கு அவகாசம் தேவைப்பட்டதை என்னால் புரிந்து கொள்ள முடிந்தது.

ஒரு நிமிட அமைதிக்குப் பிறகு “டொக்டர்” என்றான்.

“உன் வீட்டில் யாரையாவது கூட்டி வா. நான் அவர்களோடு பேசுகிறேன். நீ தைரியமாக இரு.”

“வேண்டாம் டொக்டர். வீட்டில் யாருக்கும் தெரியவேண்டாம்.”

“அது எப்படி ஜோ... மருத்துவ பரிசோதனைகளுக்காக பொது மருத்துவமனைக்கு போனால் ஒன்றிரண்டு நாட்கள் தங்க வேண்டியும் வரும். அதற்கு உன் வீட்டு ஆட்களின் உதவி வேண்டும்.”

“இல்லை டொக்டர். நானே சமாளித்துக்கொள்வேன். எனக்கு நல்ல நண்பர்கள் இருக்கிறார்கள். அவர்கள் உதவி செய்வார்கள்.”

கீழ் உதட்டை பற்களால் கடித்து தன்னை நிதானப்படுத்த முயன்று கொண்டிருந்தான்.

“நன்றி டொக்டர்” என்று சொல்லி எழுந்து போனான்.

மறுநாளே அவன் பொது வைத்தியசாலைக்கு அழைக்கப் பட்டிருக்கிறான். ஒரு வாரத்தில் அவனது விரிவான மருத்துவ அறிக்கை என் கணினி திரையில் விரிந்தது. இரத்தப்புற்றுநோய் அவன் உடலுக்குள் ஊடுருவியிருக்கிறது. அறிக்கையைப் பார்த்தவுடனேயே புரிந்தது. கடுமையான வகையைச்சேர்ந்த இதை குணப்படுத்தும் வாய்ப்பு குறைவு. வெளியே தெரியாமல் உள்ளுக்குள்ளேயே பரவி அவனை விரைவில் கொல்லப்போகிறது.

அவனை ஒரு நோயாளியாக மட்டும் என்னால் பார்க்க முடியவில்லை. அதையும் தாண்டிய ஏதோ ஒரு உணர்வு... அந்த இளைஞனின் நிலை எனக்குள் பதட்டத்தை ஏற்படுத்தியது.

இரண்டாம் நாள் மருத்துவ நிலையம் வந்து என்னை சந்தித்தான். வெயில் நேரம் வந்ததில் முகம் வியர்வையில் மினு மினுத்தது. கொஞ்சம் மெலிந்திருந்தான். கண்களில் சோர்வு இருந்தது. அதைக் காட்டிக்கொள்ளாமல் மெல்லிய புன்னகையுடன் என்னைப் பார்த்தான்.

"என் நிலை பற்றி விளக்கமாக எனக்கு எல்லாமே சொல்லியுள்ளார்கள் டொக்டர். மருத்துவம் பற்றி எதுவுமே எனக்கு தெரியாது. ஆனால் இப்போது என் நோய் பற்றிய சகல விஷயங்களையும் புரிந்து கொள்கிறேன். அவ்வளவு விளக்கம் தந்திருக்கிறார்கள். எந்த நேரமும் என் மரணம் நிகழலாம். இல்லையா டொக்டர்..."

குரல் அடைத்துப்போயிற்று எனக்கு.

"ஓரளவு எதிர்பார்த்ததுதான் டொக்டர். பரவாயில்லை. எது வந்தாலும் ஏற்றுக்கொள்ள வேண்டியதுதான்.

"உன் வீட்டிலிருந்து யாரையாவது இப்போதாவது கூட்டி வந்திருக்கலாம் ஜோ..."

ஆதங்கத்தோடு கேட்டேன்.

"வேண்டாம் டொக்டர். இப்போதுதான் எங்கள் வீடு சிறிது நிம்மதியாக இருக்கிறது. நான் பெயிண்ட் கொம்பனி ஒன்றில் வேலை செய்கிறேன். தம்பி ஒரு உணவு விடுதியில் வேலை செய்கிறான். அம்மா இப்போதுதான் சிறிது மகிழ்வோடு இருக்கிறாள். நல்ல உடை உடுத்திக்கொள்கிறாள். நல்ல சாப்பாடு சாப்பிடுகிறாள். இந்த மகிழ்ச்சியை கலைக்க வேண்டாம்."

"ஆனால் என்றேனும் ஒருநாள் அம்மாவுக்கு உன் நிலமை தெரியத்தானே போகிறது."

"அதை அப்போது பார்த்துக்கொள்ளலாம். நான் கடைசியாக பார்ப்பது அவளது அழுத முகமாக இருக்க வேண்டாம் டொக்டர். அவளது கவலை படிந்த முகத்தை இப்போதுதான் கொஞ்சம் கொஞ்சமாக மறந்து கொண்டு வருகிறேன்."

அவன் குரல் தழு தழுத்தது. முகத்தை துடைத்துக்கொண்டு சோர்வோடு எழுந்து போனான்.

வாழ்வில் வறுமையைக் கடந்து, சந்தோஷங்களை அனுபவிக்க வேண்டிய வயதில், அத்தனையையும் இழந்து விட்டு வாழும் நாட்களை எண்ணிக்கொண்டிருக்க வேண்டிய கொடுமை...

இவனுக்கு இப்படியொரு நிலமை வராமலே இருந்திருக்கலாமே...

வேகமான நடையிலும் மனம் அந்த கணத்தை நினைத்து தத்தளித்துக் கொண்டேயிருந்தது. இப்போது வெயில் நன்றாக தணிந்து விட்டது. மெல்லிய குளிரோடு காற்று வந்து முகத்தை தடவிச் சென்றது. நான் எதிர்ப்பக்க நடைபாதையில் நாலு சுற்று நடந்து விட்டு மறுபடி அவன் இருந்த இடத்துக்கு வந்தேன். அந்த பெண்ணை காணவில்லை. அவன் மட்டும் தனியாக இருக்கையில் அமர்ந்திருந்தான். பூங்காவில் நடமாட்டம் குறைந்திருந்தது. நடந்த களைப்புக்கு சிறிது ஆசுவாசப்படுத்திய பின் போகலாம் என்று நினைத்து அவன் அருகே போய் அமர்ந்தேன்.

தானியங்கள் போட்டு முடிந்ததால் பையை மடித்து கையில் வைத்திருந்தான். பறவைகள் கழுத்தைத் திருப்பி அவனைப் பார்ப்பதும் நடை போடுவதுமாக சுற்றிச் சுற்றி நின்றன.

“இந்த பறவைகளோடு எனக்கு ஒரு பந்தம் இருக்கிறது டொக்டர். ஒவ்வொரு ஞாயிறும் இந்த பறவைகளுக்காகவே இங்கே வருகிறேன். பாருங்கள் என்னை அவைகளுக்கு நன்றாகவே அடையாளம் தெரிகிறது. என்னை மிகவும் நேசிக்கின்ற பறவைகள்.”

அந்த பறவைகள் மீதே அவன் பார்வை பதிந்திருந்தது. கீழ் உதட்டை பற்களால் அழுத்தியபடி ஏதோ யோசனையில் இருந்தான். பேசுவதற்கு முற்படாமல் நானும் அமைதியாக இருந்தேன்.

ஒரு நிமிடத்தின் பின் மெலிந்த குரலில் பேசினான்.

“லாரா மிகுந்த வருத்தத்துடன் போகிறாள்.”

ஏன் என்பது போல் அவன் முகத்தைக் பார்த்தேன்.

“ஏதோ ஒரு மாற்றம் என்னில் தெரிகிறதாம். முன்பு போல் நான் உற்சாகமாக தன்னோடு கதைப்பதில்லையாம். என்னால் இதற்கு

என்ன பதிலைப் கூற முடியும். ஓரளவுதானே என்னாலும் நடிக்கமுடியும்."

உடைந்து நொறுங்கும் அவனின் மனசிதைவுகள் அவன் கண்களிலும் பிரதிபலித்தது.

அவளின் வார்த்தைகள் தந்த வலியை மறைக்க கண்களை அழுத்தமாய் மூடித்திறந்தான். மெலிதாய் நீர் திரையிட்ட அந்த கண்களை கூர்ந்து பார்த்து எதையும் ஆராய எனக்கு விருப்பமில்லை. அவனையறியாமல் மனதுக்குள் உருவான காதல் அந்த கண்களுக்குள் புதையுண்டு கிடக்கலாம். அதை தெரிந்து கொண்டு நான் என்ன செய்யப்போகிறேன்...

பேசுவதற்கு எதுவுமே இல்லாதது போல வார்த்தைகள் தொண்டைக்குள்ளேயே சிக்கிக்கொண்டு நின்றன.

ஐந்து நிமிட அமைதியின் பின் நான் எழுந்தேன்.

"நான் வருகிறேன் ஜோ. நான் பேர்த்திலிருந்து திரும்பி வந்து உன்னை சந்திக்கிறேன்."

"நல்லது டொக்டர்." கை பற்றிக்கொண்டு சொன்னான்.

மனப்பாரத்துடன் நடைபாதையில் நடந்தேன்.

பொழுது இருண்டு கொண்டு வந்தது. தெரு விளக்குகள் பளிச்சிட்டன.

நான் பேர்த்துக்கு போய் மூன்று மாதங்கள் கடந்து விட்டன. காலம் கடந்தது தெரியாத அளவுக்கு வேலைப்பளு. இடையே ஒரு தடவை டொக்டர் மார்ஷாவுடன் கதைத்தபோது ஜோ தன் அம்மாவை காலில் ஒரு காயம் என்று கூட்டி வந்து காட்டிக் கொண்டு போனதாக சொன்னார்.

நான் திரும்ப பிரிஸ்பேனுக்கு ஒரு சனிக்கிழமை மாலை வந்து இறங்கினேன்.

அப்போது குளிர்காலம் முடிந்திருந்தது. மிதமான வெய்யிலும் வெளிச்சமுமாக பிரிஸ்பேன் பிரகாசித்தது.

மறுநாள் ஞாயிறு வந்த அலுப்பையும் பார்க்காமல் பூங்காவுக்கு போனேன். அன்றும் வெய்யில் மஞ்சளாய் பரவியிருந்தது. வானம் தெளிந்திருந்தது. ஜம்பர் எதுவும் இல்லாமல் டீ ஷேர்ட்டுடன்

நடப்பதும் இலகுவாக இருந்தது. வாசலில் நின்ற மரங்களில் இலைகள் தெரியாதவாறு ஊதா பூக்கள் மலர்ந்து நின்றன. பூங்காவில் அதிக ஆட்களைக் காண முடியவில்லை. இரண்டு குழந்தைகளை ஊஞ்சலில் அமர வைத்து தாய்மார் ஆட வைத்துக்கொண்டிருந்தார்கள்.

நான் உட்பக்க நடைபாதையில் வேகமாக நடந்தேன். நீரேரியின் அருகே என் பார்வை ஓடியது. சரிவின் மேலே புல் பரப்பில் ஏழெட்டு பெலிகன் பறவைகள் சிறகுகளை அடித்தபடி இங்கும் அங்குமாய் தத்தித் தத்தி நடந்து கொண்டிருந்தன.

அருகே மெல்லிய பச்சை வண்ணம் பூசப்பட்ட, கைப்பிடி சற்று வளைந்திருந்த மர இருக்கை வெறுமையாய் இருந்தது.

நடு, இணைய சஞ்சிகை
பிரான்ஸ்
செப்டம்பர் 2021

சின்னாசிக் கிழவனின் செங்காரிப் பசு

சின்னாசிக் கிழவனின் செங்காரிப் பசு காணாமல் போய் இன்றுடன் இரண்டு மாதங்களாகி விட்டது. காலையில் கயிற்றை அவிழ்த்து வீட்டுக்கு பின்புறமிருக்கும் பற்றை வெளியில் மேய விட்டு விட்டு வந்து பின்னேரம் போய்ப் பார்த்தால் செங்காரியை காணவில்லை. வழக்கமாய் அது எங்கேயும் தூரமாய்ப் போகாது. மிகவும் சாதுவான பசு. அதைக் காணவில்லை என்றதும் சின்னாசிக் கிழவனுக்கு ஐந்தும் கெட்டு அறிவும் கெட்டுப் போய்விட்டது.

சீவியத்துக்கு இப்போதைக்கு ஆதாரமாக இருக்கும் ஒரே ஜீவன். இன்னும் இரண்டு வாரத்தில் கன்று போடும் நிலையிலுள்ள பசு. கன்று போட்டதும் எடுக்கும் பாலை விற்று வரும் காசில் அரை வயிறாவது நிரம்பும் என்று எதிர்பார்த்துக் கொண்டிருக்கும் நேரம் பார்த்து எங்கேதான் போயிற்றோ.

அவனால் இரவுகளில் நிம்மதியாக உறங்க முடியவில்லை. பகலில் ஒரு வேலை செய்ய இயலவில்லை. எந்நேரமும் அதன் நினைவுதான். போதாததற்கு துரையனும் செந்தியும் "எங்கயாவது போய்த் தேடி எங்கட செங்காரியை கூட்டி வா அப்பு. இப்ப கண்டு போடுற நேரம்" என்று சொல்லிக்கொண்டே இருக்கிறார்கள். துரையன்தான் அதற்கு செங்காரி என்ற பெயரை வைத்திருந்தான். அதன் கழுத்திலேயே தொங்கிக்கொண்டு திரிவான்.

இப்போது அதை எங்கேயென்று போய் தேடுவது...

குஞ்சுப்பரந்தன் பெரியபரந்தன் எல்லாம் தேடியாகி விட்டது. பொறிக்கடவை அம்மன் கோயிலடி சுற்றுப்புறமும் பார்த்தாகி விட்டது. பக்கத்தில் செருக்கன் வரைக்கும், பூனகரி வீதியில் குடமுருட்டி ஆறு வரைக்கும் அலைந்து திரிந்தாகி விட்டது. செங்காரியைப் பார்த்ததாக யாரும் சொல்லவில்லை.

செங்காரி மெல்லிய தவிட்டு நிறத்தில் இரண்டு கொம்புகளுக்கும் நடுவே உள்ளங்கையளவுக்கு வெள்ளை படர்ந்திருக்க பார்வைக்கு அழகாய் இருக்கும் பசு. கழுத்தில் முறுக்கிய கயிற்றில் ஒரு சிறு மணி கோர்த்து துரையன் கட்டி விட்டிருந்தான். அது நடக்கும் போது மணி சிணுங்கும் ஓசை கேட்பதற்கு இனிமையாய் இருக்கும்.

செங்காரிப் பசு வீட்டில் நிற்கும் நேரமெல்லாம் துரையனும் செந்தியும் அதைக் கட்டிப் பிடித்து விளையாடிக்கொண்டிருப்பார்கள். இப்போது அது காணாமல் போனதில் அவர்களுக்கும் அதிக கவலை இருந்தது. செங்காரிப் பசுவுக்கு என்ன நடந்திருக்கும் என்று யோசித்து யோசித்து சின்னாசிக் கிழவனுக்கு தலையே வெடித்து விடும் போலிருந்தது.

குடிசைக்கு வெளியே குளிர் காற்று வீசிக்கொண்டிருந்தது. இந்த ஐப்பசி கார்த்திகையில் எந்நேரமும் மழை பெய்யும் சாத்தியம் இருக்கிறது. ஆனாலும் பகலில் வெய்யில் எறித்துக்கொண்டிருக்கிறது.

குடிசைக்குள் புகை பிடித்த லாம்பு மெலிந்த சுடரில் எரிந்து கொண்டிருக்க சின்னாசிக் கிழவன் மரக்கப்புடன் சாய்ந்து அமர்ந்தபடி பக்கத்தில் உறங்கிக்கொண்டிருந்த துரையனையும் செந்தியையும் பார்த்துக்கொண்டிருந்தான்.

ஒல்லியாய் சிறிது கூனல் விழுந்த தோற்றத்தில் இருக்கும் சின்னாசிக் கிழவனுக்கு எழுபது வயதுக்கு மேலாகிறது. வாழ்வின் நெருக்கடிகள் ஏற்படுத்திய வலிகளின் வரிகள் முகத்தில் தாறுமாறாய் கோடுகளை பதித்திருந்தது. உறங்கிக்கொண்டிருக்கும் பதின்மூன்று வயது துரையனினதும் பதினொரு வயது செந்தியினதும் எதிர்காலம் என்னாகுமோ என்ற கவலையிலேயே ஒவ்வொரு நிமிடமும் கழிகிறது. ஒரு பழைய பாயில் பவளக்கொடியின் நைந்துபோன பழைய சேலையை விரித்து படுத்திருக்கும் அவர்களைப் பார்க்க நெஞ்சுக்குள் ஏதோ உருள்வது போலிருக்கிறது. அவன் கொஞ்சம் அசைந்து சேலையை எடுத்து அவர்களுக்கு போர்த்தி விட்டான்.

குஞ்சுப்பரந்தன் பின் பகுதியில் காட்டுக்கரையில் குடிசை போட்டு பல வருடங்களாக இருக்கிறார்கள். அவர்கள் குடிசைக்கு ஒரு புறம் கினியா மற்றும் ஈச்சம் பற்றைகள் படர்ந்திருக்க பாலை, விளாத்தி, புளியமரங்கள் நிற்கும் சிறு காடு. இந்த கார்த்திகையில் பரவலாக பூத்திருக்கும் கார்த்திகைப்பூக்கள். மறுபுறம் வயல் வெளிகள்.

பவளக்கொடியுடன் மகன் மருமகள் குழந்தைகள் என்று இந்தக் குடிசையில்தான் வாழ்க்கை கடந்திருக்கிறது. ஏழ்மை இருந்தாலும் வாழ்க்கையில் ஒரு பிடிப்பு இருந்தது. நெல் விதைப்புக் காலங்களில் வயல் வேலைக்கு, வேலி கட்ட, வாய்க்கால் வெட்டபோவது என்று ஏதாவது வேலை இருந்துகொண்டிருக்கும். ஆனால் நாட்டுப்பிரச்சனை இராணுவ தாக்குதல் என்று வெடித்த போது எல்லாவற்றையும் இழந்து ஊர் ஊராய் ஓட வேண்டியிருந்தது. கடைசியாய் ஏற்பட்ட இடப்பெயர்வின் போது துரையனுக்கு மூன்று வயது செந்திக்கு ஒரு வயது. குழந்தைகளையும் தூக்கிக்கொண்டு சனங்களோடு சனங்களாக ஒவ்வொரு இடமாக ஓடிய போது பட்ட துன்பங்கள் கொஞ்ச நஞ்சமில்லை. பசி பட்டினியோடு உயிர்ப் பயமும் சேர்ந்து கொள்ள துயர்ப்பட்ட நாட்கள் அவை. சுதந்திரபுரத்தில் போய் இருந்த போதுதான் இடி விழுந்தது போல் அந்த நிகழ்வு நடந்தது. பெரும் சத்தத்துடன் காற்றைக் கிழித்துக் கொண்டு வந்து விழுந்து வெடித்த ஷெல் வீச்சுக்கு பயந்து பதுங்குகுழி தேடி ஓடியபோது ஷெல் பட்டு மகனும் மருமளும் அந்த இடத்திலேயே பலியாகிப் போனார்கள். மற்றவர்கள் சிறு சிறு காயத்தோடு தப்பிக்கொண்டார்கள். குழந்தைகளைக் கொண்டு சின்னாசிக் கிழவனும் பவளக்கொடியும் ஆட்களோடு சேர்ந்து அழுது கொண்டே ஒவ்வொரு இடமாக அலைந்து கடைசியாக செட்டிகுளம் போய் சேர்ந்தார்கள்.

அதன் பிறகு செட்டிகுளம் முகாமில் முள்ளுக்கம்பிகளுக்கு உள்ளே ஒரு வருஷம் இருந்துவிட்டு மீள்குடியேற்றம் என்று மீண்டும் ஊருக்கு வந்தார்கள். ஏதோ அந்த நேரம் பவளக்கொடி இருந்தபடியால் இந்தப்பிள்ளைகளை பார்த்து எடுத்து வளர்த்து விட்டாள். அவளுக்கும் முழங்கால் எலும்புக்குள் தொடர்ச்சியாய் வலி இருந்தது. ஷெல்லின் சன்னம் அதற்குள் இருந்து வலியைக் கொடுத்துக் கொண்டிருந்தது. சத்திரசிகிச்சை மூலம் அதை அகற்றுவதில் சிக்கல் இருப்பதாக வைத்தியர் கூறினார். கிளிநொச்சி ஆஸ்பத்திரிக்கு போவதும் மருந்து எடுப்பதுமாக கொஞ்சகாலம் அலைந்து திரிந்தார்கள். தொடர்ச்சியாக காய்ச்சல் வேறு வந்து

பாடாய்ப்படுத்தியதில் அவளும் கண் திறக்காமல் கிடந்து ஒரு மழை நாளில் போய்ச்சேர்ந்து விட்டாள்.

அவள் போய் நாலு வருஷமாகிறது. இன்றைக்கு இந்த இரவில் மட்டுமில்லை எப்போது பவளக்கொடியை நினைத்தாலும் நெஞ்சு அடைத்துக் கொண்டு விடும். எத்தனையோ கஷ்டங்கள் இருந்த போதும் கூடவே வாழ்ந்தவள். அவள் இல்லாத நிலமை வாழ்வின் துன்பங்களை அதிகமாக்கி காட்டியது. ஏனணை என்னை விட்டுப் போனாய்.... என்று நொந்து நொந்து அழத்தான் முடிகிறது. அவள் நினைவாய் இன்று மிச்சமிருப்பது அவள் உடுத்திய இரண்டு மூன்று நைந்து போன சேலைகள்தான். இப்போது யோசித்தாலும் மனப்பரப்பில் இருக்கும் அவள் முகம் மட்டுமே அவள் அடையாளமாக மிஞ்சியிருக்கிறது. அவர்களின் ஏழ்மை நிலை ஒரு போட்டோ எடுத்து வைத்திருக்கக்கூட அனுமதித்திருக்கவில்லை. நினைவுப் பரப்பிலிருந்து அவள் முகம் மறைந்து போனால் அவனுடனேயே அவளின் அடைய்ாளமும் இந்த உலகிலிருந்து மறைந்து போய்விடும்.

சமீப நாட்களாக ஒரு இயலாத்தனம் சோர்வு தனக்கும் ஏற்பட்டு வருவதை அவனால் உணர முடிகிறது. முதுமையின் வெளிப்பாடாக இருக்கக்கூடும். நினைவு தெரிந்த காலத்திலிருந்து உழைத்து உழைத்து உரமேறிய உடம்புதான். இப்போது அந்த வேகம் குறைந்து கொண்டே வருகிறது. இப்போதெல்லாம் மண்வெட்டி பிடித்து மண் கொத்தினாலோ வரம்பு செதுக்கினாலோ களைப்பு வருகிறது. இந்த இயலாத்தனம் சின்னாசிக் கிழவனை மிகவும் பயமுறுத்தியது. இந்தப் பிள்ளைகள் வளர்ந்து ஆளாகும் வரை தான் இருந்திட வேணும் என்பதுதான் அவனது பிரார்த்தனை. பொறிக்கடவை அம்மனிடம் தினம் வேண்டும் வேண்டுதலும் அதுதான். சமீப நாட்களாக வயல் வேலைகளும் தொடர்ந்து கிடைப்பதில்லை. களை எடுக்கும் காலங்களில்தான் ஓரளவு வேலை செய்யக்கூடியதாக இருக்கும். யார் வீட்டுக்காவது வேலி அடைக்கவோ தேங்காய் பிடுங்கவோ போவதுண்டு. அப்படி ஏதும் உழைப்பு இருந்தால்தான் அரை வயிறேனும் நிரம்பும்.

மீள்குடியேற்றம் என்று திரும்ப வந்த நேரம் மரக்கப்புகளும் மேலே போட தகரங்களும் தந்திருந்தார்கள். அதை வைத்துத்தான் இந்த குடிசையை அமைத்துக்கொண்டான். மண் குழைத்து அரைச்சுவர் வைத்து காட்டுத்தடிகளினால் வரிந்து அடைக்கப்பட்ட குடிசை. பலவருடங்களாக இருக்கும் நிலம்தான். ஆனால் சொந்தம்

கொண்டாட எந்த ஆவணமோ பதிவுகளோ இல்லாததால் மீள்குடியேற்றத்துக்கான வீட்டுத்திட்டம் அவனுக்கு கிடைக்க வில்லை. காலம் முழுக்க குடிசை சீவியம் என்று தலையில் எழுதி வைத்திருக்கிறதே என்ற ஆற்றாமை... எதுவுமே செய்ய முடியாத இயலாமை... எல்லாம் சேர்ந்துதான் அவனை ஒரேயடியாக தளரச்செய்து விட்டது. யோசித்து யோசித்து என்னதான் நடக்கப்போகிறது...

சின்னாசிக் கிழவன் எழுந்து போய் பானைக்குள் இருந்த தண்ணீரை பேணிக்குள் எடுத்து மள மளவென்று குடித்தான். இந்த குளிர் நேர இரவில் தாகம் எடுத்தது அவனுக்கு ஒன்றும் அதிசயமாக தெரியவில்லை. வயிற்றில் பசி இருந்தாலும் நா வரளத்தான் செய்யும் என்பதை அவன் அனுபவத்தில் உணர்ந்தவன். மறுபடி வந்து பாயில் அமர்ந்து மரக்கப்பில் சாய்ந்து கொண்டான். இப்போது என்ன நேரம் வரும் என்று யோசித்தான். எட்டரை ஒன்பது வரும். பக்கத்தே சின்னதாய் வாய்க்கால் ஓடுகிறது. அதில் தவளைகளின் கரக் கரக் என்ற சத்தம் கேட்கிறது. தூரத்தே இடிச்சத்தம் தேய்வாக கேட்கிறது. மழை வரப் போகிறதோ தெரியவில்லை. மழை பெய்தால் செங்காரி நனைந்து விடுமே...

எங்கே அலைகிறதோ... என்ர அம்மாளாச்சி நீதான் செங்காரியை எங்களிட்ட சேர்த்துவிட வேணும்.

மன பதை பதைப்பு நீராய் கசிந்து சுருக்கம் விழுந்த முகத்தில் கோடு கீறி இறங்கியது. வயிறு காந்தியது. எதை நினைத்தாலும் கடைசியில் நினைவு வந்து செங்காரியில் நிற்கிறது.

செட்டி குள முகாமிலிருந்து ஊர் திரும்பிய பின் இரண்டு மூன்று வருஷங்களாக எவ்வளவோ கஷ்டப்பட்டார்கள். முள்ளும் செடி கொடிகளும் படர்ந்திருந்த வயல் நிலங்கள் விதைக்கப்படாமல் காய்ந்து கிடந்தன. உழைப்புக்கு வழியில்லாமல் திகைத்துப் போயிருந்த நேரம் ஊரில் உள்ள வளர்மதி ரீச்சர்தான் லண்டனிலிருந்த தன் சினேகிதியிடம் தாய் தகப்பனை இழந்த பிள்ளைகளுக்கு ஏதும் உதவி செய்யச் சொல்லி கேட்டு அந்தப் பெண் அனுப்பிய பணத்தில்தான் ஒரு பசு மாடு அவர்கள் வீட்டுக்கு வந்து சேர்ந்தது.

அந்த பசு வந்து அடுத்த வருஷம் போட்ட கன்றுதான் செங்காரி. கன்றுக்குட்டியிலிருந்தே பார்த்துக் பார்த்து அருமையாய்

வளர்த்த பசு... அதன் பால்தான் அவர்களின் வாழ்வாதாரமாக மாறிப்போனது.

பால் எடுத்து ஓவசியர் சந்தியில் கதிரேசனின் தேநீர் கடைக்கு கொண்டு போய் கொடுப்பான். இங்கிருந்து சந்தி இரண்டு மைல் தூரம். காலையில் நடப்பதில் களைப்பு தெரியாது. ஒரு போத்தல் பால் எண்பது ரூபா விற்கிறது. இரண்டு போத்தல் பாலை வாங்கிக்கொண்டு கதிரேசன் தரும் காசுக்கு பக்கத்து கடையிலிருந்து சமையலுக்கு தேவையான ஏதும் வாங்கி வருவான்.

வீட்டில் அவர்களுக்கு பால்தான் காலைச்சாப்பாடு. துரையனும் செந்தியும் பாலைக்குடித்து விட்டு பாடசாலைக்கு போய் இரண்டரை மணிக்கு திரும்பி வந்துதான் ஏதும் சாப்பிடுவார்கள். முதல் தடவை போட்ட கன்று எட்டு மாதத்தில் வலி வந்து இறந்து போய் விட்டது. அடுத்த தடவை போட்ட நாம்பன் கன்றை பால் வற்றியதும் நாலாயிரம் ரூபாய்க்கு கதிரேசன் வாங்கியிருந்தான். அந்த காசு பலசரக்குக் கடனைக் கொடுக்கவும் சில நாட்கள் சாப்பிடவும் உதவியது.

செங்காரிப் பசு தன் பாட்டில் பின்னே இருக்கும் புல்தரவையில் மேய்ந்து விட்டு வரும். அதுக்கு தவிடு புண்ணாக்கு என்று மேலதிகமாய் எதுவும் கொடுப்பதில்லை. ஆனாலும் தன்னால் இயன்ற அளவு பாலை அது தந்து கொள்ளும்.

இனி படுத்துக்கொள்ளலாம் என்று சின்னாசிக் கிழவன் பாயில் சரிந்த நேரம் வெளியே" அப்பு... ணேய் அப்பு..." என்ற குரல் கேட்டது. பதறி எழுந்து குடிசையின் வாசல் தட்டியை திறந்து வெளியே வந்தான். வேலிக்கரையில் நிற்பது ஏரம்பன் என்று அந்த இருட்டிலும் புரிந்தது.

"என்னடா மோனை... இந்த நேரத்தில..."

"ணேய் அப்பு உன்ர செங்காரிப் பசு உருத்திரபுரம் கூழாவடிச்சந்திக்கு அங்கால சிவநகரில நிண்டதாம். கதிரேசண்ணை இண்டைக்கு மத்தியானம் கண்டவராம். சிவநகருக்கு திரும்பிற ரோட்டில ஒரு தேத்தண்ணிக்கடைக்கு பக்கத்தில ஆலமரத்துக்கு கீழ நிண்டதாம். உன்னை போய் பார்க்கட்டாம். சொல்லி விட்டவர். போய் பார் அப்பு."

"அய்யோ என்ர அம்மாளாச்சி... நல்ல விசயம் சொன்னாயடா. நான் விடியவே போய் பார்க்கிறன் மோனை."

ஏரம்பன் சைக்கிளை திருப்பிக்கொண்டு போய்விட்டான்.

மறுபடி வந்து படுத்தவனுக்கு மனம் பரபரவென்றிருந்தது. கதிரேசனுக்கு செங்காரியை வடிவாய் தெரியும். சரியாகத்தான் சொல்லுவான். சிவநகர் வரை அத்தனை தூரம் எப்படிப் போனதோ என்று நினைக்க மனம் பதறியது. அது வரை போய் திரும்பி வர வழி தெரியாமல் தவித்துக்கொண்டு அலைகிறதோ...

என்ர ஆச்சி... நாளைக்கு வந்து உன்னைக் கூட்டி வந்திடுவன்....

சின்னாசிக் கிழவனுக்கு செங்காரிப் பசு கிடைத்து விடும் என்ற எதிர்பார்ப்பில் கண்ணில் நீர் தழும்பியது.

இந்நேரம் கன்று போட்டிருக்கும். கன்றோடு கூட்டி வந்தால் பால் எடுத்து கடைக்கு கொடுக்கலாம்.

இரவு முழுவதும் உறக்கத்திற்கும் விழிப்புக்குமாக ஊசலாடிக் கொண்டிருந்தவன் அதிகாலையில் காட்டுக்கரையில் கிளிகள், குயில்களின், கலவையான குரலொலியில் எழுந்து கொண்டான். அடுப்பின் சாம்பலை அப்புறப்படுத்தி காட்டுத்தடிகளை வைத்து நெருப்பை மூட்டினான். கேற்றிலில் நீரை நிரப்பி அடுப்பில் வைத்தான். வெறும் தேநீர் என்றாலும் குடித்து விட்டுப் போகலாம். திரும்பி வர எவ்வளவு நேரமாகுமோ... அது வரையில் வயிறு தாங்காது. பக பகவென்று பசியில் காந்திக் கொண்டிருக்கும்.

பசியும் பட்டினியும் பழகிப்போன ஒன்றுதான். ஆனாலும் இப்போதெல்லாம் பசியை தாங்கிக்கொள்ள முடிவதில்லை. வயிறு சுருண்டு கொள்ளும் போதெல்லாம் கண்ணில் தண்ணி வந்து விடுகிறது. ஒரு வாய் உணவுக்காக மனம் ஏங்கிப்போகிறது. முதுமையும் இயலாமையும் கலவரத்தையே தருகிறது.

அந்த அதிகாலை நேரத்துக்கு சுடச் சுட தேநீர் குடித்தது தெம்பாக இருந்தது. தோளில் துண்டொன்றைப் போட்டுக்கொண்டு படுத்திருந்த துரையனை எழுப்பினான்.

"எங்கட செங்காரி சிவநகருக்க நிற்குதாம் மோனை. நான் போய் கூட்டி வாறன். நீ தங்கச்சியோட வீட்டில நில்... என்ன..."

செங்காரி என்றதும் துரையன் நித்திரை கலைய விறுக்கென்று எழுந்து அமர்ந்தான்.

"ஓம் அப்பு. நீ எப்பிடியாவது கூட்டி வந்திடு."

சின்னாசிக் கிழவன் வெளியே தெருவில் இறங்கி நடந்தான். சிறு மண் குறுணிகள் நெருடிய ஒழுங்கையில் வெறுங்கால்களோடு நடந்து தார் வீதியில் ஏறினான். தெரு வெறிச்சிட்டுக் கிட்ந்தது. தூரத்தூர சிறு சிறு வீடுகள். இப்போதுதான் பொழுது விடிந்து கொண்டிருந்தது. வானம் கருமுகில் கலைந்து நீலமாய் பரந்திருந்தது. இன்று வெய்யில் வரும் போல் தோன்றியது. இப்போதே போனால்தான் வெய்யிலுக்கு முதல் செங்காரியைப் பார்த்து கூட்டிக் கொண்டு திரும்பி வர முடியும். தார் வீதியிலிருந்து இடப்பக்கம் பிரிந்த கிரவல் வீதியில் திரும்பி நடந்தான்.

அந்த வீதியில் இப்போது ஆள் நடமாட்டம் தெரிந்தது. பொறிக்கடவை அம்மன் கோவில் கடக்கையில் கோபுரம் பார்த்து,

“என்ர அம்மாளாச்சி... என்ர செங்காரிப் பசு கிடைச்சிடவேணும்” என்று கும்பிட்டு விட்டு நடந்தான்.

எதிரே வந்த குலசேகரம் “இந்த நேரத்தில எங்கயணை அப்பு போறாய்” என்று கேட்டான்.

“செங்காரிப் பசு சிவநகரில நிண்டதெண்டு கதிரேசன் தம்பி சொல்லிச்சுது. அதுதான் பார்த்துவரப் போறன்.”

“சரி போய் பார்த்து வா. நீயும்தான் எத்தினை நாளாய் அலையிறாய்...”

சின்னாசிக் கிழவன் தனக்கு தெரிந்த அத்தனை கடவுள்களுக்கும் நேர்த்தி வைத்துக்கொண்டே நடந்தான். கூழாவடி சந்திக்கு வந்த நேரம் சந்தி காலை நேர கலகலப்பில் இருந்தது. தேநீர் கடைகளை கடக்கும் போது வடை வாய்ப்பனின் மொறு மொறு வாசம் தெரு வரை வந்து மூக்கை நெருடியது.

நைந்து போன சாரத்தின் இடுப்பு மடிப்புக்குள் நாற்பது ரூபா இருந்தது. எதற்கும் இருக்கட்டும் என்று இருந்த காசை எடுத்து வைத்துக்கொண்டு வந்திருந்தான். பால் விட்ட தேநீர் வாங்கிக்குடிப்போமா என்று ஆவல் பட்ட மனதை அடக்கிக்கொண்டான்.

ஒரு பால்தேநீர் நாற்பது ரூபா. வேண்டாம் காசை செலவழிக்க வேண்டாம்.

சின்னாசிக் கிழவன் சிவநகர் பக்கம் திரும்பி ஏரம்பன் சொன்ன தேநீர் கடையையும் ஆலமரத்தையும் தேடி நடந்தான். கொஞ்ச

தூரம் நடக்க கடையும் ஆலமரமும் தென்பட்டது. ஆலமரத்தின் அடியே கொஞ்சம் கொஞ்சம் சாணகம் காய்ந்து கிடப்பதைப் பார்க்க கதிரேசன் சரியாகத்தான் சொல்லியிருக்கிறான் என்று தெரிந்தது. தேநீர் கடைவாசலில் போடப்பட்ட வாங்கில் நாலைந்துபேர் அமர்ந்து தேநீர் குடித்துக்கொண்டிருந்தார்கள். சின்னாசிக் கிழவன் கடையின் உள்ளே நின்றவனிடம்,

"தம்பி... இந்தப் பக்கம் தவிட்டு நிறத்தில ஒரு பசு நிண்டதை கண்டனீங்களே... கொம்புக்கு நடுவில வெள்ளையாய் இருக்கும்" என்று கேட்டான்.

"ஒரு நாளைக்கு எத்தினை மாடுகள் ரோட்டில திரியுதுகள். எதை எண்டு ஞாபகத்தில வைச்சிருக்கிறது..."

அவனுக்கு காலை நேர வியாபார அவசரம்.

"கொஞ்சம் நினைவு படுத்தி சொல்லு மோனை. நேற்று இந்த ஆலமரத்தடியில நிண்டதாம். கூடவே கண்டும் நிண்டிருக்கும்."

"தெரியேலையணை. ரெண்டு மூண்டு மாடுகள் உதில நிண்டதுதான். தவிட்டு நிற மாட்டைப் பார்த்த நினைவு இல்லையே..."

சின்னாசிக் கிழவனுக்கு திக்கென்றது. சுற்றும் முற்றும் பார்த்தான். கண்ணுக்கெட்டிய தூரம் வரை முன் தெரு பின் தெருவில் எந்தப்பசுவையும் காணவில்லை.

"எதுக்கும் உதில நிண்டு பாரப்பு. காலமை நேரம் மாடுகள் மேய்ச்சலுக்கு போகுங்கள்."

சின்னாசிக் கிழவனுக்கு இப்போது என்ன செய்வது என்று தெரியவில்லை. ஏமாற்றமும் சோர்வுமாய் விழித்துக்கொண்டு நின்றான்.

அப்போது சைக்கிளில் கட்டிய பால்கானோடு வந்த மீசைக்காரன் பால்கானை இறக்கி கடைக்காரரிடம் கொடுத்து விட்டு கிழவனை மேலும் கீழும் பார்த்தான்.

"இந்த அப்பு தன்ர மாட்டை தேடிக்கொண்டு வந்திருக்குது. நேற்று இதில நிண்டதாம். தவிட்டு நிற பசுவாம்."

கடைக்காரன் பாலை வாங்கி தனது பாத்திரத்தில் ஊற்றிக்கொண்டே சொன்னான்.

மீசைக்காரன் கொஞ்சம் யோசித்தான்.

“அப்பு... நேராய் கொஞ்ச தூரம் நடந்து போனால் ஒரு சந்தி வரும். அதுக்கு வலப்பக்கத்து ஒழுங்கையால கொஞ்ச தூரம் போய்ப்பார். அங்க அப்பிடி ஒரு பசுவை கண்டதாய் நினைவு. வழியில விசாரிச்சுக்கொண்டு போ... ஆராவது பார்த்திருந்தால் சொல்லுவினம்.”

“நல்லது தம்பி” குரல் தழும்ப சொல்லி விட்டு சின்னாசிக் கிழவன் விறு விறுவென்று நடந்தான்.

சந்தி வந்து வலப்பக்க ஒழுங்கையில் திரும்பி நடந்தான். வெறுங்கால்களில் மண் குறுணல்கள் நெருடியதையோ மெலிதாய் வெய்யில் சுட்டெரிக்கத்தொடங்கியதையோ கிழவன் உணரவில்லை. தோளில் இருந்த துண்டால் வேர்த்த முகத்தை துடைத்துக்கொண்டே சுற்றும் முற்றும் பார்த்தபடி நடந்தான். அநேகமான வீடுகளில் மாடுகள் நின்றன. தெருவிலும் நாலைந்து மாடுகள் நடந்தன.

எதிரே ஒரு வயதான பெண் வர “அம்மா... இந்தப் பக்கம் ஒரு தவிட்டு நிற பசு நிண்டதைக் கண்டனீங்களே...” என்று கேட்டான்.

அந்தப் பெண் நின்று கிழவனைப் பார்த்தாள்.

“நீ சொன்ன மாதிரி ஒரு பசு இங்க திரியுதுதான். அந்த ஒழுங்கை முகப்பில இருக்கிற வீட்டில கேட்டுப்பார். அவடத்திலதான் பார்த்த நினைவாக் கிடக்கு...”

“சரி அம்மா.”

ஒழுங்கை முகப்பு வரை விறு விறு என்று நடந்தான்.

அந்த வீட்டு முற்றத்தில் நின்ற பெண்ணிடம் விபரம் சொல்லி விசாரித்தான்.

“ஆற்ற பசு எண்டு தெரியேலை. ஒரு மாடு வந்து ஒரு மாதமாய் நிற்குது. எங்கட வீட்டு வேலிக்கரையில படுத்திட்டு பகலில போய் மேஞ்சிட்டு வரும்.”

அந்தப் பெண்ணின் வார்த்தைகள் அந்தப் பசு செங்காரியாய் இருக்கக்கூடும் என்ற எதிர்பார்ப்பை ஏற்படுத்தியது.

“எங்கையம்மா நிற்குது...” ஆவலோடு கேட்டான்.

"அந்தா வருகுது. அதுவோ பார் அப்பு."

அந்தப் பெண் காட்டிய பக்கம் பார்த்தவனுக்கு சப் பென்று போய்விட்டது. தவிட்டு நிற பசுதான். ஆனால் கொஞ்சம் குட்டையான வேறு பசு.

"உது இல்லை. என்ர பசுவுக்கு நெத்தியில வெள்ளை இருக்கும்."

ஏமாற்றத்தில் வார்த்தைகள் இறங்கிப்போய் வெளி வந்தன. வியர்வை வடிய வெயிலுக்குள் நிற்பவனை அந்தப் பெண் அனுதாபத்தோடு பார்த்தாள்.

"பக்கத்தில எங்கயாவது விசாரிச்சுப்பாரணை."

ஒரு வினாடி என்ன செய்வது என்று யோசித்துக்கொண்டு நின்றான். எத்தனை நம்பிக்கையோடு வந்தான். இனி எங்கேயென்று தேடுவது... சட்டை அணியாத வெற்று தோளில் வெய்யில் சுடுவதையும் பொருட்படுத்தாமல் ஒழுங்கையில் திரும்பி நடந்து ஒரு பெட்டிக்கடை வாசலில் சிறிது நேரம் நின்றான். வாசலில் வைக்கப்பட்ட மண் பானைக்குள்ளிருந்து தண்ணீர் எடுத்து கட கடவென்று குடித்தான். கொஞ்சம் நிதானம் வந்தது.

பெட்டிக்கடையில் நின்றவர்களிடமும் கேட்டுப்பார்த்தான். இந்த ஊர் முழுக்க மாடுகள் நிற்குது. தேடிப்பார்... என்றார்கள். தெருவாலும் மாடுகள் போய் வரத்தான் செய்கிறது.

அந்த கூட்டத்திலும் செங்காரியைத் தேடி பார்வை அலைந்தது.

பழையபடி அந்த ஆலமரத்தடி தேநீர்க்கடைப் பக்கமே போய் நின்று பார்க்கலாம் என்ற நினைவில் திரும்பி நடந்தான். இப்போது வெய்யிலின் வெம்மை அதிகரித்திருந்தது. மண் வீதியின் சூடு உள்ளங்கால்களை தகிக்க வைத்தது. நேற்று மப்பும் மந்தாரமுமாய் இருந்தது... இன்றைக்கு இந்த அனலடிக்கிறதே... என்று நினைத்துக்கொண்டு போனவன் சட்டென்று நின்றான்.

இரண்டாவது ஒழுங்கை முகப்பில் ஒரு சிறுவன்... அவனுக்கு துரையனின் வயதுதான் இருக்கும். சைக்கிள் வீதியில் சரிந்து விழுந்திருக்க கடையில் வாங்கியிருந்த பொருட்கள் மண் தரையில் சிதறிக் கிடக்க வீதிக்கரையில் அமர்ந்தபடி காலில் ரத்தம் வழிவதை கையால் துடைத்துக்கொண்டிருந்தான்.

"அடக்கடவுளே... என்ன தம்பி விழுந்திட்டியே..." என்று ஓடிப்போய் கையைப்பிடித்து தூக்கி விட்டான்.

"நான் விழுந்தா பரவாயில்லை அப்பு... வாங்கின அரிசி மரக்கறியள் எல்லாம் கொட்டுப்பட்டுப் போச்சே..."

அழுது கொண்டே சொன்னான்.

சின்னாசிக் கிழவன் சைக்கிளை நிமிர்த்தி நிறுத்தி விட்டு கீழே விழுந்தவைகளில் எடுக்கக்கூடியவைகளை எடுத்து பைக்குள் போட்டு கொடுத்தான்.

"இந்தா மோனை... கவனமாய் பார்த்துப்போ. வீடு தூரமே..."

"இல்லை பக்கத்திலதான்."

சைக்கிளை உருட்டமுடியாமல் தடுமாறினான்.

"நீ நட. நான் கொண்டு வந்து விட்டிட்டு வாறன்."

அவன் நொண்டியபடி அழுதுகொண்டே வர சின்னாசிக் கிழவன் சைக்கிளை உருட்டிக்கொண்டு நடந்தான்.

"ஏன் மோனை... அழுறாய்... தவறுதலாய் விழுந்ததுக்கு என்ன செய்யிறது."

"இல்லை அப்பு... வீட்டில சரியான கஷ்டம். எங்களுக்கு அப்பா இல்லை. நான் சின்னப்பிள்ளையாய் இருக்கேக்க அவர் வள்ளிபுனத்தில ஷெல் பட்டு செத்துப்போயிட்டார். அம்மாதான் என்னையும் அக்காவையும் கஷ்டப்பட்டு வளர்க்கிறா காலமை அம்பாலியின்ர பாலைக்கொண்டு வந்து குடுத்திட்டு இந்த சாமான்களை வாங்கின்னான். இதுகளைக் கொண்டு போனால்தான் அம்மா சமைச்சுத் தருவா. அரிசி எல்லாம் கொட்டிப்போச்சே..."

"சரி சரி. அழாத... நான் உன்ர அம்மாட்ட சொல்லுறன். வா."

"இந்தா இதுதான் எங்கட வீடு... வாங்கோ அப்பு."

பூவரசங்கதியால் போட்ட சிறிய காணியில் கிடுகால் அடைக்கப்பட்ட சிறிய குடிசை. மெலிந்த முகமும் நைந்த ஆடைகளுமாக நின்றவர்கள் அவன் அம்மாவும் அக்காவுமாக இருக்கலாம் என்று நினைத்தான். அந்த பெண் இவர்களைக்

கண்டதும் சேலைத்தலைப்பில் கையைத் துடைத்துக்கொண்டு முன்னே வந்தாள்.

"என்னடா செய்தனி இவ்வளவு நேரமும்" என்றவள் இவனைக் கண்டதும் தயங்கி நின்றாள். சின்னாசிக் கிழவன் விபரங்களைச் சொன்னபோது,

"பரவாயில்லை விடு. காலில ரத்தம் வருது பார். இங்கால வா" என்று கூட்டிப் போய் முற்றத்தில் வாளியிலிருந்த தண்ணீரை எடுத்து கால்களை கழுவி விட்டாள்.

அந்தப் பெண்ணின் தோற்றத்தையும் குடிசையின் நிலமையையும் பார்த்த கிழவனுக்கு அந்தப் பையனின் பதறல் நியாயமானதாய் பட்டது.

நா வரண்டு கொண்டு வந்தது.

"பிள்ளை கொஞ்சம் தண்ணி தாறியே மோனை."

அவள் ஒரு செம்பில் தண்ணீர் கொண்டு வந்து தர வாங்கிக் குடித்தான்.

பையை எடுத்து பார்த்தவளுக்கு முகம் வாடி போனது. பதட்டத்துடன் கோபமும் கலந்து வெளிப்பட்டது.

"சமைக்கிறதுக்கு பார்த்துக்கொண்டிருக்க எல்லாத்தையும் கொட்டிப்போட்டு வந்திருக்கிறாய். இப்ப என்னத்த சமைக்கிறது..."

"தவறுதலாய் விழுந்திட்டுது பிள்ளை... பெடியன் பாவம் என்ன செய்யும். அவனைக் கோவிக்காத... ஏன் மோனை உங்களுக்கு வேற உதவியளும் இல்லையே..."

இரக்கத்தோடு கேட்டான்.

"ஒருதரும் இல்லையப்பு. இடம் பேர்ந்து ஓடி ஓடி மனிசனையும் பறி குடுத்து படாதபாடு பட்டுக்கொண்டிருக்கிறன். எல்லாம் எங்கட விதி. ஏதோ இந்த பாலை வித்துத்தான் ஓரளவு சீவியம் போகுது. இனி நாளைக்கு பால் எடுத்து வித்தால்தான் அடுத்த நேரச்சாப்பாடு."

அவர்களின் துயரம் தனது துயரமானது போன்ற வருத்தத்துடன் அவளைப் பார்த்துக்கொண்டு நின்றான்.

அப்போது அவன் வழியில் விசாரித்த பெண் படலையடியில் நின்று,

"என்னணையப்பு மாடு கிடைச்சுதே..." என்று கேட்டாள்.

"இல்லை மோனை."

"முதல் ஒழுங்கை கடையடியில நாலைஞ்சு மாடு நிற்குது. நெத்தியில வெள்ளை இருக்கிற தவிட்டு நிற மாடும் ஒண்டு நிற்குது. போய் பாரணை..."

"இந்தா இப்பவே போறன்."

கிழவன் பர பரப்புடன் "அப்ப நான் வரட்டே பிள்ளை. பசு எங்கயாவது போயிடப் போகுது" என்று அவசரமாய் திரும்பிய நேரம் குடிசையின் பின்பக்கம் பார்வை பதிந்தது.

பனையோலை மேய்ந்த சிறு கொட்டிலில் நின்ற பசுவைக் கண்டதும் பகீரென்றது. கண்ணை வெட்டிப்பார்த்தான். செங்காரிப் பசு. பக்கத்தில் வெள்ளை நிற கன்றுக்குட்டி. செங்காரி முன்னால் போடப்பட்டிருந்த வைக்கோலை அசை போட்டுக்கொண்டிருந்தது.

என்ர ஆச்சி... மனம் சந்தோஷத்தில் படபடவென்று அடித்துக்கொள்ள ஒரு எட்டு வைத்தான். அப்போது அந்தப் பெண் சொன்னாள்.

"எங்கயிருந்தோ இந்தப் பசு வந்து இங்க கண்டு போட்டுது. இப்ப இதின்ர பாலை வித்துத்தான் எங்கட சீவியம் போகுது. பிள்ளையள் இப்பதான் ஓரளவு சாப்பிடுதுகள். இவன் அம்பாலி எண்டு பேரும் வைச்சிருக்கிறான். ஆனா சொந்தக்காரர் வந்து கேட்டால் குடுக்கத்தானே வேணும்."

"ஆ... நான் அம்பாலியை குடுக்க மாட்டன். அது என்ர."

சின்னாசிக் கிழவன் விக்கித்துப்போய் இருவரையும் மாறி மாறிப் பார்த்தான். கால்கள். துவண்டு தொய்ந்தன.

"நீங்கள் மாடு தேடியே வந்தனீங்கள் அப்பு. இது உங்கட மாடோ பாருங்கோ..."

அவள் குரலில் சிறு கலக்கம் இருந்ததோ...

சின்னாசிக் கிழவன் பரிதவிப்போடு பார்த்தான். தோள் துண்டால் முகத்தைத் துடைத்துக் கொண்டே "இல்லை மோனை" என்றான்.

அவள் கண்களில் ஒரு நிம்மதி மின்னலாய் தெறித்ததை கவனித்தான்.

துக்கம் வந்து தொண்டையை அடைத்தது.

செங்காரி எங்க அப்பு என்று கேட்கப்போகும் துரையனுக்கு என்ன பதிலை சொல்லலாம் என்று யோசித்தவாறே சின்னாசிக் கிழவன் திரும்பி நடக்கத்தொடங்கினான்.

ஜீவநதி
ஒக்டோபர் 2021

இனிவரும் நாட்கள்

தன்னைச்சுற்றி என்ன நடக்கிறது என்றே அன்பரசிக்கு புரியவில்லை. எங்கேனும் ஒரு மூலையில் அமர்ந்து வாய் விட்டு அழலாமா என்றிருந்தது. மாறி மாறி ஒவ்வொரு பிரச்சனைகள்... அத்தனையும் ஒன்று சேர்ந்து மனதைப்போட்டு புரட்டி எடுக்கிறது. அந்த அழுத்தத்தை தாங்க முடியவில்லை.

அன்பரசிக்கு திரவியத்தின் மீதுதான் எரிச்சலாக வந்தது. கூடவே இருந்திருந்தால் அவனே எல்லாவற்றையும் பார்த்துக்கொண்டிருப்பான். செல்வத்தின் வரம்பு மீறிய வார்த்தைகளுக்கு பதில் சொல்லியிருப்பான். அமுதனை ஒரு வழிப்படுத்தியிருப்பான். கயலின் பிரச்சினையையும் ஏதும் ஒரு வகையில் சரிப்படுத்தியிருப்பான். இத்தனை மனக்குழப்பம் ஏற்பட்டிருக்காது. அந்த நினைப்பே அவன் மீதுள்ள எரிச்சலை அதிகமாக்கியது.

திரவியம் படகு ஏறி அவுஸ்திரேலியா போய் எட்டு வருஷத்துக்கும் மேலாகிறது. போய் இறங்கி இரண்டு மூன்று வருஷங்களில் இவர்களைக் கூப்பிட்டு விடலாம் என்று சாதாரணமாய் நினைத்த நினைப்புக்கு முற்றிலும் மாறாய் நிலமை ஆகிவிட்டது. ஆரம்பத்தில் தற்காலிக அனுமதி கிடைத்து இருக்க முடிந்தது. ஆனால் இரண்டு வருடத்துக்கு முன்பு அவனது வதிவிட அனுமதி நிராகரிக்கப்பட்டு திரும்பி இலங்கைக்கே போகச்சொல்லிவிட்டார்கள். நீதிமன்றத்தில் மேல்முறையீடு செய்திருப்பதாக சொன்னான். அதன் நிலமை இப்போது எப்படி உள்ளது என்றும் அன்பரசிக்கு தெரியாது.

அவனும் அது பற்றி அதிகம் எதுவும் சொல்வதில்லை. விசாரணை நடக்குது என்பான். ஆரம்பத்தில் நிராகரிக்கப்பட்ட உடனுமே அவன் இங்கே வந்திருக்கலாம். பிரிஸ்பேனில் எங்கோ ஒரு ஸ்ரோபெரி தோட்டத்தில் மறைவாய் இருந்து உழைக்கப்போகிறேன் என்று போய்விட்டான். ஒன்றும் வேண்டாம். வந்திடுங்கோ என்னால் இங்க சமாளிக்க ஏலாமல் இருக்கு என்று அவள் சொன்னதையும் திரவியம் கேட்கவில்லை.

"கொஞ்சமேனும் உழைத்து காசு கொண்டு வந்தால்தானே அங்க வந்து ஏதும் தொழில் செய்யலாம். காசு இல்லாமல் வெறும் கையோட வந்து என்ன செய்யிறது" என்பது அவன் வாதம்.

அந்த நேரம் அவன் அப்படிச் சொல்லும்போது அன்பரசிக்கும் அது சரியென பட்டது. அதனால் அவளும் வற்புறுத்தவில்லை.

ஆனால் இங்கும் நிலமை இயல்பாக இல்லை. வாழ்க்கையை கொண்டு நடத்துவதும் சுலபமாக இல்லை. தோட்டம் செய்ய முடியவில்லை. சின்ன சின்ன பிரச்சனை ஏதும் வந்தால் கூட அன்பரசியால் அதை எதிர் கொள்ள முடிவதில்லை. மளுக்கென்று கண்களில் நீர் நிரம்பிவிடுகிறது. அவள் வளர்ந்த சூழல் அப்படி. வசதி என்று அதிகம் இல்லாவிட்டாலும் அடிப்படை வசதிகளுக்கு குறை இருந்ததில்லை. அப்பாவின் ஆதிக்கத்தில் வீடு இருந்தது. அத்தனை விஷயங்களையும் அப்பாவே பார்த்துக்கொள்வார். அரிசி பருப்பு விலை கூட அன்பரசிக்கு தெரியாது. தூரத்து சொந்தத்தில் திரவியத்தை அவள் விரும்பியது அப்பாவுக்கு பிடிக்கவில்லை. திரவியம் ஒற்றைப்பிள்ளை. அப்பா இல்லை. அம்மா மட்டும்தான். படிப்பும் அதிகம் இல்லை. ஆனாலும் அவளின் அழுகை பார்த்து அப்பா அரை மனதாய் திருமணத்தை செய்து வைத்து விட்டு ஒதுங்கிக் கொண்டார்.

யாழ் நகரை விட்டு விசுவமடு வந்து திரவியத்துடனான வாழ்க்கை தொடங்கியது. அன்பரசியை விட அப்பாவியாய் மாமியார் இருந்தார். அம்மாவும் பிள்ளையும் அன்பரசியை அருமையாக பார்த்துக் கொண்டார்கள். கயலுக்கு எட்டு வயதும் அமுதனுக்கு ஆறு வயதும் ஆன சமயம் தாங்க முடியாத நெருக்கடிகள். செட்டிகுளம் முகாமில் இருந்து விட்டு மீள் குடியேற்றம் என்று ஊருக்கு திரும்பி வந்து பார்த்தபோது காணிக்குள் எதுவும் இருக்கவில்லை. குலை குலையாய் காய்த்து நின்ற தென்னைமரங்கள் சரிந்தும் எரிந்தும் அழிந்திருந்தன. பற்றை

பற்றிக்கிடந்த மண்ணைப் பார்க்க வயிறு எரிந்தது. மறுபடி தொடக்கத்திலிருந்து ஆரம்பித்தார்கள். காணி துப்பரவாக்கி சின்ன குடிசை அமைத்து சிறிது சிறிதாய் பயிர் வைத்தார்கள். பெரிதாய் வருமானம் வரவில்லை.

அப்போதுதான் ஆட்கள் படகில் ஏறி அவுஸ்திரேலியா போகிறார்கள் என்ற செய்தி பரவியது. திரவியம் படகேறிப் போக முடிவு செய்த போது அன்பரசிக்கு தயக்கமாக இருந்தது. அவ்வளவு தூரம் படகில் எப்படி போவது என்ற திகைப்பு... பயம்...

"எல்லா சனமும்தான் போகுதுகள். பயந்தால் ஒண்டும் சரிவராது. நான் போய் அங்க சேர்ந்து இரண்டு மூண்டு வருசங்களில உங்களைக் கூப்பிட்டிடுவன். பிறகு எங்களுக்கு ஒரு கஷ்டமும் இருக்காது. உன்ர வீட்டு ஆட்களுக்கு முன்னால நாங்களும் வசதியாய் வாழ்ந்து காட்டலாம்" என்றான்.

அந்த வார்த்தைகள் அவளை அரை மனதாய் சம்மதிக்க வைத்தது.

தாங்கள் அப்பாவித்தனமாய் நம்பிய விஷயத்துக்குப் பின்னால் எவ்வளவு சிக்கல்கள் இருந்தன என்பது போகப் போகத்தான் தெரிய வந்தது. தற்காலிக விசாவில் வேலை தேடிக்கொள்ள இயலாத நிலையில் உணவு விடுதிகளிலும் பழக்கடைகளிலும் துப்பரவு வேலைகளிலும்தான் நின்று உழைக்க முடிந்தது. மூன்று மாதம் உழைத்தால் மூன்று மாதம் வேலை எதுவும் இல்லாமல் இருக்க வேண்டி நேரிடும்.

அப்படி உழைத்து கொஞ்சம் கொஞ்சமாய் அனுப்பிய காசில் சின்னதாய் ஒரு வீடு கட்ட முடிந்தது. திரவியம் சொல்லி கதிரேசு அண்ணர்தான் முன் நின்று வீட்டுவேலை முடித்துத்தந்தார். திரவியம் நின்று செய்திருக்கவேண்டிய வேலை. வர முடியாத நிலையில் எங்கோ ஒரு பழத்தோட்டம் நடுவே தலைமறைவு வாழ்க்கை வாழ நேர்ந்திருக்கிறது. இங்குள்ள பிரச்சனைகளை சமாளிக்க முடியாமல் ஒவ்வொரு நிமிஷமும் திரவியத்தையே நினைக்க வேண்டியிருக்கிறது.

முன்பெல்லாம் அவ்வளவு சுமையாய் தெரியவில்லை. பிள்ளைகள் சிறியவர்களாக இருக்கும் போது திரவியம் அவ்வப்போது அனுப்பும் காசில் சாப்பிட்டுக் கொண்டு வாழ்க்கை இயல்பாய் இருந்தது. பிள்ளைகள் வளர வளர புதிது புதிதாய் பிரச்சனைகளும் முளைத்தன. பதினாலு வயதுக்கு அமுதன் நிமிர்ந்து பார்க்கும்

அளவுக்கு உயரமாய் நின்றான். மேலுதட்டில் லேசாய் மீசை அரும்பத் தொடங்கும் பருவத்தில் இருக்கும் அமுதனின் போக்கு கவலை தருகிறது. கயலின் விஷயமோ நெஞ்சுக்குள் நெருப்பை எரிய வைக்கிறது. இந்த கார்த்திகையுடன் கயலுக்கு பதினாறு வயது முடிகிறது. நல்ல உயரமும் நிறமுமாக அழகான தோற்றத்தில் வளர்ந்து நிற்கிறாள். அவளின் அழகே அவளுக்கு பிரச்சனை தரப்போகிறது என்ற பயம் உள்ளூர நெருடிக் கொண்டுதான் இருந்தது.

கோவிட் தொற்று காரணமாக பாடசாலைகள் இப்போது நடைபெறுவதில்லை. வீட்டிலேயே இணையவழி வகுப்புகள் நடக்கின்றன. இருவரும் வீட்டோடுதான் அதிக நேரம் நிற்கிறார்கள். ஆனாலும் வெளியே செல்வதற்கும் ஏதும் காரணங்கள் வந்து விடுகின்றன. கடையில் ஏதும் வாங்குவதென்றால் விசுவமடு சந்திக்குத்தான் போகவேண்டும். சைக்கிளில் போய் வா என்று அமுதனைத்தான் அனுப்பவேண்டியிருக்கிறது. அவன் போனால் நேரத்துக்கு வரமாட்டான். மிச்சக்காசு தரமாட்டான். சமீப நாட்களாக வீட்டிலிருந்து காசு திருடும் வேலையைக்கூட தொடங்கியிருக்கிறான். ஏதாவது சொன்னால் சத்தம் போடுகிறான். கையணைப்பிலும் மடியிலும் கிடந்து வளர்ந்த பிள்ளை கொஞ்சம் கொஞ்சமாக மாறி வருவது புரிகிறது. என்ன செய்வது என்று தெரியாத திகிலில் மனம் பதகளித்துப் போகிறது.

கயல் எங்கேனும் வெளியே போனால் முகத்தில் அப்பிய பயத்துடனும் கண்ணில் நிரம்பிய நீருடனும் திரும்பி வருகிறாள்.

"நான் போக வர அவன் ஏதோவெல்லாம் சொல்லுறான். கூட நிற்கிற பெடியள் எல்லாம் சிரிக்கிறாங்கள். நான் எங்க போனாலும் பின்னால வாறான்."

அந்த சுதனுக்கு மிஞ்சினால் இருபது வயது இருக்குமா...

அவன் கயலுக்குப் பின்னால் சுற்றுவதும், கடிதம் தர முயல்வதும், ஓம் என்று சொல்லாவிட்டால் என்ன செய்வேன் பார் என்று மிரட்டுவதும்...

அன்பரசிக்கு தாள முடியாத தலையிடியைத் தந்தது.

திரவியம் இங்கே இருந்தால் இப்படி ஒவ்வொன்றுக்கும் யோசித்துக் கொண்டிருக்கத்தேவையில்லை. அமுதனிடம் ஏற்பட்டு வரும் மாற்றங்கள் பற்றியும் பழகும் நண்பர்கள் பற்றியும்

ஆரம்பத்திலேயே அவள் சொன்னபோது திரவியம் அதை பெரிதாய் எடுத்துக்கொள்ளவில்லை.

“பெடியள் எண்டால் அப்படித்தான் இருக்குங்கள். பார்த்து புத்தி சொல்லு. இங்க இருந்து கொண்டு நான் என்னத்தை செய்யிறது” என்பான்.

“வர வர என்ர சொல்லு ஒண்டும் கேட்கிறேலை. எந்த நேரமும் பெடியளோடதான் திரியிறது. சிகரட் பிடிக்கிறான் குடிக்கிறான் எண்டும் கதை வருகுது. நான் என்னப்பா செய்ய...”

பொங்கி வரும் அழுகையை அநேக சமயங்களில் அவளால் கட்டுப்படுத்த முடிவதில்லை.

செல்வத்தின் வார்த்தைகள் வேறு மனதை அறுத்துக் கொண்டிருந்தது. நாலு நாளைக்கு ஒருதடவை வந்து முற்றத்தில் வந்து நின்று சத்தம் போடுகிறான். அந்த சத்தத்தால் வீதியில் போகிறவர்களும் நின்று வேடிக்கை பார்க்கிறார்கள்.

“தம்பி இப்பிடி முத்தத்தில நிண்டு சத்தம் போடாத மோனை. உன்ர காசை தம்பி அனுப்பின உடன தந்திடுவம்.”

மாமியாரின் சமாதானக்குரலை செல்வம் காதிலும் வாங்கிக் கொள்வதில்லை.

ஊருக்குள் எவ்வளவு அவமானம்.

இந்த வீடு கட்டி முடியும் நேரம் திரவியத்தால் பணம் அனுப்ப முடியாமல் போனது. திரவியமே செல்வத்துடன் கைபேசியில் கதைத்து ஒழுங்கு செய்தான்.

“செல்வம். எனக்கு இங்க கொஞ்சம் காசு வர இருக்கு. உடன எடுக்க ஏலாமல் இருக்கு. ஐஞ்சு லட்சம் காசு மாறிக்குடு. மாதா மாதம் வட்டி தாறம்” என்று ஐந்து லட்சம் கடனாய்ப் பெற வழி செய்தான். அந்த காசை வைத்துத்தான் வீட்டின் மிகுதி வேலைகளை செய்து முடித்தார்கள்.

திரவியம் அனுப்பும் காசில் மாதாமாதம் வட்டியை ஒழுங்காகத்தான் கொடுத்தும் வந்திருக்கிறாள். இப்போ ஏழெட்டு மாதமாக திரவியம் காசு எதுவும் அனுப்பவில்லை. கேட்டால் “கொஞ்சம் பொறு அனுப்பி விடுறன்” என்று சொல்வான்.

“கொஞ்சம் பொறுத்துக்கொள். பிரச்சனைப்படாத. உன்ர காசை கெதியாய் அனுப்பி விடுறன்” என்று செல்வத்திடமும் சொல்லியிருக்கிறான்.

“எனக்கு காசு தேவை வட்டிக்காசை ஒழுங்காய் தந்தால் நான் ஏன் கேட்க வாறன்” என்று செல்வம் வந்து நிற்கும் போது வாய் மூடி நிற்க வேண்டியிருக்கிறது.

அந்த இயலாமை எல்லாம் சேர்ந்துதான் திரவியத்தின் மீதான கோபத்தை அதிகரிக்க வைத்தது. பார்த்து சமாளித்துக் கொள் எண்டு சொன்னால் என்னத்த நான் சமாளிக்கிறது. நீங்களே வந்து எல்லாத்தையும் பாருங்கோ. என்னால ஏலாது என்று அவனிடம் சொல்ல வேண்டும் போலிருக்கிறது.

சமீப காலமாக மனதுக்குள் ஏதோ ஒன்று உறுத்திக் கொண்டேயிருக்கிறது. வர வர திரவியத்திலும் ஒரு மாற்றம் தெரிவது போன்ற உணர்வு ஏற்படுகிறது. ஏனென்று தெரியவில்லை. அவனாக அழைத்து பேசுவது குறைந்துவிட்டது. அவள் கைபேசியில் அழைத்தாலும் வேலையில் நிற்கிறன். பிறகு கதைக்கிறன் என்பான். இரவு நேரம் பார்த்து எடுத்தால் ஒன்றிரண்டு வார்த்தைகளில் நலம் விசாரிப்பான். பல மாதங்களாக காசும் அனுப்புவதில்லை. கேட்டால் சமாளித்துக்கொள். கெதியாய் அனுப்பி விடுறன் என்பான். முன்பு போல் அவன் இல்லை என்ற நினைப்பு மனதுக்குள் நெருடிக்கொண்டேயிருந்தது. வெளி நாட்டு வாழ்க்கை அவன் மனதை மாற்றி விட்டதா என்ற கலக்கம் எழுந்தது. அந்த பயத்தில் திரும்ப வந்திடுங்கோப்பா. இங்க ஏதும் தொழில் பார்க்கலாம் என்று சொல்லியும் பார்த்துவிட்டாள்.

இப்போதுள்ள சூழலில் விமான பயணம் நடைபெறுவதில்லை என்பது தெரிந்ததுதான். ஆனால் அப்படி நடந்தால் கூட அவன் வருவானா என்ற கேள்விதான் அவளை உலுப்பி எடுத்துக் கொண்டிருந்தது. செல்வம் வந்து சத்தம் போட்டு போன பின் இந்த நாலு நாளாக பல தடவை அழைத்தும் திரவியம் எடுக்கவில்லை. திரும்ப அவன் அழைக்கவுமில்லை. அது வேறு கலக்கத்தை தந்து கொண்டிருந்தது.

வீட்டு முற்றத்தில் நின்று வீதியைப் பார்த்துக்கொண்டு நின்றாள் அன்பரசி. காலையிலிருந்து பொழிந்து தள்ளிய மழை மதியத்துக்கு மேல் நின்றிருந்தது. முற்றத்தில் நீர் அடித்துப் பாய்ந்த அடையாளம் வரிவரியாய் மிஞ்சியிருந்தது. முன்பென்றால் இந்த மழையையும்

முற்றத்து ஈரலிப்பையும் நாள் முழுக்க ரசித்து நிற்பாள். வெள்ளிக் கம்பியாய் விழும் அடர்ந்த மழையை கண் கொட்டாமல் பார்த்து வியப்பாள். ஈர மண்ணிலிருந்து வரும் வாசனையை மூச்சை இழுத்து மனதுக்குள் நிரப்புவாள். இப்போதெல்லாம் கொட்டும் மழையையோ இதமாய் சிலிர்க்க வைக்கும் குளிரையோ மண்ணின் வாசனையையோ கவனிக்கவே தோன்றுவதில்லை. ரசிக்கின்ற மனநிலை அவளை விட்டு வெகு தூரம் போய் விட்டது.

இப்போது முற்றம் கடந்து வாசலில் போய் நின்று வீதி நீளம் பார்த்தாள். அமுதன் மதியம் ஒரு மணிக்கு போனவன். இப்போது ஆறு மணிக்கு மேலாகிறது. இன்னும் காணோம். தன் சிநேகிதியிடம் புத்தகம் வாங்கி வருவதாக சொல்லிப்போன கயலையும் காணவில்லை. பொழுது பட்ட பிறகு வீடு திரும்பாவிட்டால் எத்தனை யோசனையும் பதட்டமும்... தெருவெங்கும் திரியும் ஆமிக்காரரை நினைத்து பயப்படுவதா... இல்லை பின்னாலேயே திரியும் சுதனை நினைத்து பதட்டப்படுவதா...

இந்தப் பிள்ளைகள் வெளியே போய் வரும் வரைக்கும் வயிற்றில் நெருப்பைக் கட்டிக் கொண்டு இருக்க வேண்டிக்கிடக்கு.

நேரம் ஆக ஆக கவலையும் கலக்கமும் பிடித்துக்கொண்டது.

"என்ன பிள்ளை றோட்டில நிற்கிறாய்... ஆரைப்பார்த்துக்கொண்டு நிற்கிறாய்."

வீதியில் வந்த கடலைக்கார ஆச்சி நின்று கேட்டாள்.

"அமுதனை கடைக்கு விட்டனான். அதுதானணை..."

ஆச்சி அவள் முன்பாக வந்தாள்.

"உவன் செல்வத்தின்ர கடனை கொஞ்சம் கெதியாய் குடுத்திடுங்கோ பிள்ளை. அங்க சந்தியில நிண்டு தேவையில்லாமல் பேசிக்கொண்டு நிற்கிறான். உப்பிடிப்பட்ட ஆட்களிட்ட கடன் வாங்கக்கூடாது மோனை. நீ ஒரு அப்பிராணி. வாய் திறந்து கதைக்க தெரியாதனி. அந்த இடம்தான் அவனை அப்பிடி பேச வைக்குது. திரவியத்தோட கதைச்சு கெதியாய் காசை அனுப்பச்சொல்லி கடனை குடுத்திடு பிள்ளை."

அவள் தலையை அசைக்க, ஆச்சி மேலே நடந்து போனாள்.

இந்த காசால எத்தனை பிரச்சனை... திரவியத்திடம் உறுதியாய் சொல்லிவிட வேணும். கையில் இல்லாவிட்டாலோ காசு குடுத்து வைச்ச ஆட்கள் தராட்டிலோ எங்காவது கடனென்றாலும் வாங்கி அனுப்பி விடச் சொல்லவேணும்.

அவள் மறுபடி முற்றத்தில் வந்து நின்றாள். வெளிச்சம் மறைந்து மெலிதாய் இருள் சூழத்தொடங்கியது. வயிற்றுக்குள் ஏதோ புரள்வது போலிருந்தது.

ஏன் இவ்வளவு நேரம் ஆகிறது....

அப்போது வாசல் கேற் திறந்து உள்ளே வந்த கயல் சைக்கிளை பொத்தென்று போட்டு விட்டு ஓடி வந்து அவளைக் கட்டிக்கொண்டு விம்மினாள். கயலின் கண்ணீர் அவள் தோள் சட்டையில் சூடாக பட்டது. பதறிப்போய்,

"என்னடா... ஏன் அழுறாய்..." என்று உலுப்பினாள்.

"அவன் சுதன் நான் வரேக்க பின்னால வந்து கூப்பிடுறான். நான் தனக்கு ஓம் எண்டு சொல்லாட்டில் என்னைக் கடத்திக்கொண்டு போயிடுவானாம். திங்கட்கிழமை ஸ்கூல் தொடங்குது. நான் என்னெண்டு போய்வாறது. நான் போக மாட்டன். எனக்கு பயமாய் இருக்கம்மா."

விம்மி வெடித்துக்கொண்டு அழும் கயலை கலக்கத்தோடு அணைத்துக்கொண்டாள்.

"அழாத. வீட்டுக்குள்ள வா. அப்பா இங்க நிண்டால் அவன் இப்பிடி செய்வானே... இரு அப்பாவோட கதைப்பம்..."

கயலை வீட்டுக்குள் கூட்டி வந்தாள்.

இரவு எட்டு மணிக்கு மேல் கேற் திறக்கும் சத்தமும் அம்மா... என்று கூப்பிடும் சத்தமும் கேட்டது. அன்பரசி வெளியே வந்து முற்றத்தில் நின்று பார்த்தாள். பாடசாலை அதிபரும் இரண்டு ஆசிரியர்களும் நின்றதைப் பார்த்ததும் திக் கென்றது. அவர்களின் பின்னால் இருட்டுக்குள் நிற்பது அமுதன் என்று புரிந்தது.

"கொஞ்ச நாளாவே அமுதன்ர போக்கு சரியில்லை. ஸ்கூலுக்கும் ஒழுங்காய் வாறேலை. ஆனா இரவில கொஞ்ச பெடியளோட சேர்ந்து மதிலால ஏறி குதிச்சு உள்ள போயிருந்து குடிக்கிறவங்களாம். இண்டைக்கு ஒரு சேர் உள்ள போய் இவங்களை பிடிச்சிருக்கிறார்.

143 ❖ இனிவரும் நாட்கள்

சொன்னா தாங்க மாட்டீங்கள். கஞ்சா புகைச்சுக் கொண்டு இருந்திருக்கிறாங்கள்."

தலையில் இடி விழுந்தது போல இருந்தது.

"ஐயோ... என்ன சேர் சொல்லுறீங்கள்."

"உங்க எல்லா இடமும் அவங்கள் கஞ்சாவைக் கொண்டு வந்து பெடியளுக்குள்ள பரவ வைக்கிறாங்கள். இந்த பெடியளும் புத்தி இல்லாமல் நடக்குதுகள். பிடிபட்ட உடனும் இண்டைக்குத்தான் முதன்முதல் கஞ்சா வாங்கி வந்தது எண்டு சொல்லுறாங்கள். சரி. முதல் தடவை உங்கள் எல்லாருக்காகவும் பார்க்கிறம். இனி இப்பிடி நடந்தது எண்டு அறிஞ்சால் பொலிசில சொல்லி நடவடிக்கை எடுப்பம். பிறகு உங்களுக்குத்தான் அவமானம். புத்தியைச்சொல்லி கவனமாய் பார்த்துக் கொள்ளுங்கோ."

அமுதனின் தோளைப்பிடித்து அவள் பக்கம் தள்ளி விட்டு திரும்பிப் போனார்கள்.

அடங்காத கோபத்தோடு அமுதனின் கையைப்பிடித்து தர தரவென்று வீட்டுக்குள் இழுத்து வந்தாள். தோளில் நாலு அடி போட்டு" எங்கயிருந்தடா இந்தப் பழக்கம் பழகினனி... உன்ர வயது என்ன... செய்யிற வேலை என்ன... இரு இரு... அப்பா வந்தால்தான் எல்லாம் சரிவரும். சொல்லிக் கூப்பிடுறன் பார்."

கோபத்தில் பேசி ஓய்ந்து முகம் பொத்தி அழத்தொடங்கினாள்.

அமுதன் எதுவும் பேசாமல் அறைக்குள் போனான். அவன் முகத்தில் இருந்த தீவிரம் அவளை பதற வைத்தது. எல்லாம் கை மீறிப் போகிறது.

விறுக்கென்று திரும்பினாள்.

"எங்க கயல் என்ர போன்"

கைபேசியைத் தேடினாள்.

"அங்க இருந்து அவன் உழைச்சது காணும். எல்லாத்தையும் விட்டிட்டு வரச்சொல்லு."

மாமிக்கும் நிலமையின் தீவிரம் புரிந்தது.

கண்ணைத் துடைத்துக்கொண்டு திரவியத்துக்கு அழைப்பெடுத்தாள்.

இன்றைக்கு உறுதியாக சொல்லிவிட வேண்டும். இந்த பிரச்சனைகளை என்னால பார்க்கேலாது. உடன வாங்கோ என்று.

கதைக்க வேண்டிய வார்த்தைகள் மனதுக்குள் உருப்பெற்றது.

மணி அடித்துக்கொண்டேயிருந்தது. அவன் எடுக்கவில்லை. மீண்டும் அழைத்தாள். அதற்கும் பதில் இல்லை.

வேண்டுமென்றே தவிர்க்கிறானோ...

கோபம் தலைக்குள் ஏறியது.

பத்து நிமிடம் பொறுத்து திரும்ப அழைத்தாள். எடுத்தான்.

"என்ன அன்பு..."

"எத்தினை தரம் அடிக்கிறது. என்ன செய்யிறீங்கள்."

"இல்லை அன்பு. சத்தத்தைக் கவனிக்கேலை."

"ஏன் போனை வைச்சிட்டு எங்க போன்னீங்கள். ஏதும் விஷயம் கதைக்க எண்டு எடுத்தாலும் உங்களைப் பிடிக்க ஏலாமல் கிடக்கு."

"ஏன் அன்பு அப்பிடிச் சொல்லுறாய். எனக்கு... நான்..."

அவன் குரலில் இருந்த தழு தழுப்பு அன்பரசியின் மனதை உறுத்தியது.

"என்னப்பா ஒரு மாதிரி கதைக்கிறீங்கள். குரல் சரியில்லை. ஏதும் சுகமில்லையே..."

"இல்லை அன்பு."

"சொல்லுங்கோ... ஏதும் பிரச்சனையே..."

மறு முனையிலிருந்து எந்த பேச்சும் இல்லை. அவள் பதட்டத்துடன்

"என்னப்பா பேசாமல் நிற்கிறீங்கள். ஏதும் பிரச்சனையே... சொல்லுங்கோ..."

"இங்க எல்லாமே பிரச்சனையாப் போச்சு."

"ஏனப்பா..."

"நான் இங்க ஏழெட்டு மாதமாய் வேலையில இல்லை அன்பு. யாரையோ தேடி பொலிஸ் வர தோட்ட முதலாளி பயத்தில

என்னையும் வேலையில வைச்சிருக்க ஏலாது எண்டு சொல்லிப் போட்டார். நானும் இப்ப வெளிக்கிட்டுத் திரிய ஏலாமல் தெரிஞ்ச பெடியளின்ர றூமில மாறி மாறி நிற்கிறன். எனக்கு கோர்ட்டாலயும் ரிஜக்ட் பண்ணிப் போட்டினம். கடைசி நம்பிக்கையும் போச்சு. நான் திரும்பி வாறதுக்கு ஐ எம் ஓ நிறுவனத்தில பதிஞ்சிருக்கிறன். பிளைட் ஓடத்தொடங்க ஏத்தி விட்டிடுவாங்கள். இதெல்லாம் ஒரு வருஷமாய் நடக்கிற பிரச்சனை. உனக்கு சொன்னால் நீ யோசிப்பாய் கவலைப்படுவாய் எண்டு நான் சொல்லேலை. எனக்கு தலையே வெடிச்சிடும் போல இருக்கு."

குரல் அடைக்க பேசினான்.

அவள் அதிர்ந்து போய் நின்றாள்.

"சரி விடுங்கோப்பா. எல்லாம் கஷ்டகாலம்."

"அதில்லை. நான் வெறுங்கையாய் வந்து என்ன செய்யிறது.

"ஏன் இருக்கிற காசைக் கொண்டு வாங்கோவன். ஆரிட்டயோ குடுத்து வைச்சிருக்கிறன் எண்டு சொன்னீங்கள்."

"அதுவும் சிக்கலாப்போச்சு அன்பு. இருபதாயிரம் டொலர் ரெண்டு பெடியளிட்ட குடுத்து சேர்த்தனான். ஒருத்தன் பத்தாயிரம் டொலரோட எங்கயோ மாறியிட்டான். அவனை தொடர்பு கொள்ள முடியாமல் கிடக்கு. மற்றவன் தந்திருப்பான். ஆனா அவனுக்குப் பிரச்சனை. குடிச்சிட்டு கார் ஓட்டி ஒரு ஆளில மோதியிட்டான். பொலிஸ் பிடிச்சு இப்ப உள்ளுக்க இருக்கிறான். வழக்கு நட்ட ஈடு எண்டு அவனுக்கு பெரும் தொகை செலவு. கையில காசு இல்லை பிறகு தாறனடா எண்டு அழுகிறான். என்னை ஏத்தி அனுப்பினால் வெறும் கையோடதான் வரவேணும். நான் கஷ்டப்பட்டு உழைச்சதெல்லாம் போய் தொலைஞ்சிட்டுது. இலங்கை காசுக்கு முப்பது லட்சம் வரும் அன்பு. உன்னோட கதைச்சால் தாங்காமல் அழுதிடுவன் எண்டு பயந்துதான் நான் உனக்கு எடுக்கிறேலை. கையில ஒரு சதமும் இல்லை. சாப்பிடுற சாப்பாடு கூட இந்த பெடியள் தாறதுதான். செத்திடலாம் போல இருக்கு அன்பு. நான் என்ன செய்ய..."

குரல் உடைந்து அழுதான்.

அன்பரசிக்கு தலை சுற்றிக்கொண்டு வந்தது. தாங்க முடியாத துயரோடு, "அழாதேங்கோப்பா. எல்லாம் போகட்டும். நீங்கள்

தைரியமாய் இருங்கோ. நாங்கள் இருக்கிறம் அப்பா. விசர்வேலை பார்த்திடாதேங்கோ" என்று கெஞ்சலாக சொன்னாள்.

அந்தப் பக்கம் திரவியம் தன்னை நிதானப்படுத்திக் கொண்டு, "சரி அன்பு. நீ ஏன் எடுத்தனி. அம்மா கயல் அமுதன் எப்பிடி இருக்கினம். ஏதோ சொல்ல வந்தாய். அங்க ஏதும் பிரச்சனையே..."

அன்பரசிக்கு தொண்டை அடைத்து வார்த்தைகள் சிக்கிக் கொண்டு நின்றன.

ஒரு வினாடி நின்று நிதானித்தாள்.

"இங்க ஒரு பிரச்சனையும் இல்லை. அப்பிடி ஏதும் வந்தாலும் நான் பார்த்துக் கொள்ளுறன். நீங்கள் ஒண்டுக்கும் யோசிக்காதேங்கோ. கவலைப்படாமல் இருங்கோப்பா."

"சரி அன்பு. எல்லாத்தையும் பார்த்துக்கொள்ளு. சரி வைக்கட்டா..."

தொடர்பு நின்றது.

கண் முட்டிய நீர் அப்படியே உறைந்து நின்றது.

அழுவதற்கு இப்போது அவகாசம் இல்லை.

என்ன செய்யலாம்... என்ன செய்யலாம்...

எல்லாவற்றிற்கும் ஒரு வழி இருக்கும். அதை தேடி கண்டு பிடிக்க வேண்டும்.

அன்பரசி நிதானமாக யோசிக்கத் தொடங்கினாள்.

வெளியே நின்றிருந்த மழை பேரிரைச்சலுடன் கொட்டத் தொடங்கியது.

ஞானம்
டிசம்பர் 2021

வாழ்தல் என்பது

இப்படி நிலமை இறுகிக்கொண்டே வரும் என்று யாரும் நினைத்துக்கூடப் பார்த்ததில்லை. ஒவ்வொரு நாளும் பதட்டத்துடனும் திகிலுடனுமே கழிந்து போகிறது. மனதுக்குள் நிரம்பியிருக்கும் கேள்விகள் செல்வத்தை மிகவும் பயமுறுத்தின. முதுகை எரித்த சூட்டைக்கூட பொருட்படுத்தத் தோன்றவில்லை.

சூரியன் உச்சிக்கு ஏறியிருந்தது. வெயிலோ மழையோ வரிசையை விட்டு விலக முடியாது. இந்த ஆனி மாதத்தில் வெய்யிலும் எறிக்கிறது, மழையும் பொழிகிறது. எது வந்தாலும் இதே இடத்தில் நிற்க வேண்டியதுதான். சுற்றுப்புறம் பல விதமான சத்தங்களினால் அதிர்ந்து கொண்டிருந்தது. வாகனங்களும் மனிதர்களுமாய் நீண்ட வரிசை... கூடிக்கூடிப் பேசும் கவலை கொண்ட மனிதர்கள்.

சந்தியிலிருந்த எரிபொருள் நிரப்பும் நிலையத்திலிருந்து எதிரே உள்ள வீதி தாண்டி திரும்பும் மற்ற வீதி வரை வரிசை நீண்டு போயிருந்தது. திரும்பி நின்ற வீதியிலும் எத்தனை வாகனங்கள் நிற்கின்றனவோ தெரியவில்லை. மூன்று நாட்களாக இங்கே காவல் இருக்கிறார்கள். இன்று எப்படியும் தந்துவிடுவார்கள் என்று ஒருவருக்கொருவர் பேசி மனதைத் தேற்றிக் கொண்டார்கள். ஓட்டோக்களுடன் நின்ற மோட்டர்சைக்கிள்கள் அருகே பெண்களும் வரிசையில் நிற்பதைப் பார்க்க முடிந்தது. அவர்களில் ஒரு நிறைமாத கர்ப்பிணிப் பெண்ணும் நிற்பதைப் பார்க்க பாவமாக இருந்தது. வேர்த்த முகத்தைத் துடைத்துக்கொண்டு நின்றாள்.

வெள்ளவத்தைக்குள் ஓடித்திரிந்த ஓட்டோக்காரர் பலரை இங்கே பார்க்க முடிந்தது. அதைவிட வழக்கத்துக்கும் மாறாக இன்று அதிகமான பொலிஸ்காரர்களும் நின்று கொண்டிருந்தார்கள். அது வேறு பதட்டத்தைத் தந்தது.

செல்வத்தின் ஓட்டோவில் சுத்தமாய் பெற்றோல் இல்லை. ஹம்டன் வீதியிலிருந்து இங்கு வரை ஓட்டோவை தள்ளிக்கொண்டுதான் வந்திருந்தான். இன்றைக்கு என்றாலும் பெற்றோல் கிடைத்துவிட வேண்டும். போனதடவை வரிசை நகர்ந்து அருகே போனபோது "இல்லை, அடுத்த தரம் வாருங்கள்" என்று கையை விரித்துவிட்டார்கள். நாலு நாளாய் காத்திருந்தது வீணாகப் போய்விட்டது. இன்றைக்கும் அப்படி நடந்துவிடுமோ என்று பயமாக இருந்தது.

இப்போது வீட்டு நிலைமையும் சரியில்லை. ஓட்டோ ஓடினால்தான் ஏதும் வருமானம் வரும். கஞ்சியென்றாலும் குடிக்க வழி கிடைக்கும். இல்லாவிட்டால் பட்டினிதான். போகிற போக்கைப்பார்த்தால் அந்த நிலை கூட வந்துவிடும் போலிருக்கிறது. வெள்ளவத்தையில் சந்தையோ வீதியோரக்கடைகளோ நடக்கத்தான் செய்கின்றன. எல்லாமே நான்கு மடங்கு விலை. நூறு ரூபா விற்ற மரக்கறிவகைகள் நானூறு வரை விற்கின்றன.

அதை விடப் பெரும் கவலை அவன் மனதுக்குள் இருந்து வாட்டியது. அவன் முந்தநாள் இங்கு வரும்போதே சுதாக்குட்டிக்கு மெல்லிய காய்ச்சல் இருந்தது. இன்று காலையில் அமுதா போன் பண்ணி சுதாவுக்கு காய்ச்சல் இன்னும் விடவில்லை என்று கூறியது மனதை வருத்திக்கொண்டே இருந்தது. வீட்டிலும் ஒரு பொருள் இல்லை. பெற்றோல் வாங்க காசும் வேணும். அமுதாவின் மூக்குத்தியை அடைவு வைத்து ஆயிரத்திநானூறு ரூபா வாங்கி அதில் பனடோலும் வாங்கி, முன்பு எண்பது ரூபா விற்ற பிஸ்கற் பெட்டியை இருநூற்று இருபது ரூபா கொடுத்து வாங்கியும் சுதாவுக்காக கொடுத்துவிட்டு வந்திருந்தான். ஐஞ்சு வயசுப்பிள்ளை கண்மூடிப் படுத்திருந்த கோலம் நினைக்கும் தோறும் மனதை பதை பதைக்க வைத்தது.

செல்வம் நின்று எதிரே பார்த்தான். சனங்களின் தலைக்கு மேலாக தூர எரிபொருள் நிரப்பும் நிலையம் தெரிந்தது. அங்கே ஏதோ சத்தங்களும் கேட்டன. முன்புறம் தனது ஓட்டோவுடன்

நின்ற பியதாசவைப் பார்த்தான் செல்வம். பியதாசவும் வெள்ளவத்தையில்தான் இருக்கிறான். ஏற்கனவே பழக்கம் உண்டு.

"என்ன அங்க ஏதும் பிரச்சனையா?" சிங்களத்தில் கேட்டான்.

"அது சனங்கள் நெரிசலில தள்ளுப்பட்டதில பொலிஸ் வந்து இரண்டு மூன்று பேருக்கு அடிச்சுப்போட்டாங்களாம். அதுதான் சனங்கள் குவிஞ்சு நிண்டு கத்திக்கொண்டிருக்கிறாங்கள்."

"அட கடவுளே..."

அதற்குள் வரிசை குழம்பி சனங்கள் கூட்டமாய் நின்று எதிரே பார்த்துக்கொண்டு நின்றார்கள். செல்வம் அவர்களை விலக்கிக் கொஞ்சத்தூரம் போய்ப்பார்த்தான். சூழ்ந்து நின்ற ஆட்களின் பெருங்குரல்கள்... சிங்களத்தில் ஆவேசத்துடன் கத்துவது உச்ச சத்தத்தில் கேட்டது. எல்லாம் வயிற்றுக் கொதிப்பின் குரல்கள். பக்கங்களில் நின்ற வாகனங்களிலிருந்து மேலதிக காவல்துறையினர் தொப் தொப்பென்று குதித்தார்கள். அதைப் பார்க்க ஏதும் பிரச்சனைகள் வந்து விடுமோ என்றும் பயமாய் இருந்தது. செல்வம் மிரண்டு போய் தன் இடத்துக்கு வந்தான்.

வேறு வேறு இடங்களில் இப்படி வரிசையில் நின்று நெரிபட்டு ஏழெட்டுப் பேர் இறந்து போனது நினைவுக்கு வந்தது. அது போதாது என்று வரிசையில் நிற்பவர்களால் கூட பிரச்சனைகளும் வருவதை செல்வம் கேள்விப்பட்டிருக்கிறான். காலிமுகத்திடலில் சனங்கள் சேர்ந்து போராட்டம் செய்கிறார்களாம் என்ற விஷயம் பற்றி வரிசையில் நிற்பவர்கள் கூடி நின்று கதைக்கும் வேளையில் களவாக அவர்களின் ஓட்டோவில் இருக்கும் பெற்ரோலை குழாய் வைத்து திருடிய சம்பவங்களும் வேறு வேறு இடங்களில் நடந்ததாக அறிந்திருக்கிறான். ஆனால் தன்னுடன் வரிசையில் நிற்கும் ஆட்கள் அப்படியான திருட்டு வேலை செய்பவர்களாக இருக்கமாட்டார்கள் என்ற நம்பிக்கை அவனுக்கு இருக்கிறது.

தூரத்தில் மறுபடி சனங்களின் கோபக்குரல்கள். சிங்களத்திலும் தமிழிலும் மூச்சு விடாமல் கத்தும் குரல்கள். இப்போது எதற்கு கத்துகிறார்களோ...

குழப்பமும் பதட்டமுமாக மறுபடி வரிசை கலைந்து கூட்டம் சேர்ந்தது.

“வரிசையில் நின்று பெற்றோலை வாங்கி அந்தப்பக்கம் போய் எடுத்து வைத்து விட்டு மறுபடி வந்து வரிசையில் நிற்கிறது. பிறகு அதை இரண்டாயிரம் மூவாயிரம் என்று கூடுதலாய் விற்கிறது. அந்த மாதிரி செய்கின்ற ஆட்களைத்தான் பிடித்து வைத்துக்கொண்டு சனம் கத்துறாங்கள்.”

பியதாச எரிச்சலோடு சொன்னான்.

“சனங்களின்ர பயன்பாட்டுக்கெண்டுதான் பெற்றோலைத் தருகினம். அதை கொஞ்சப்பேர் வியாபாரமாக்கிப் போட்டாங்கள். இவங்களால எங்கள் எல்லாருக்கும்தான் கெட்ட பேர்.”

செல்வம் நொந்த குரலில் சொன்னான்.

“இங்க நிற்கிறவங்களில நம்மை மாதிரியே உழைச்சு வாழ்றவங்கதான் அதிகம் பேரு. இதுக்குள்ள சுயநலமா யோசிக்கிற கொஞ்சப்பேரும் இருக்கத்தான் செய்யறாங்க. நாங்க என்ன பண்ணலாம்... விடுங்க.”

இன்றைக்கு என்ன நடக்கப்போகிறதோ...

மனம் கலவரப்பட்டது.

பூக்களின் வாசனை காற்றில் மிதந்து பரவியது. அவன் நின்ற இடத்துக்குப் பக்கத்தே வரிசையாக சின்னச் சின்னக் கடைகள். பக்கத்தில் கோவில் இருந்ததால் பூமாலைகள் கட்டித் தொங்க விடப்பட்டிருந்த பூக்கடைகள்... வாழைக்குலைகளுடன் கீழ்த் தட்டில் பழ வகைகள் பரவியிருந்த பழக்கடைகள்... கண்ணாடிப்பெட்டிக்குள் சிறிய தொகையிலான வடைகள், வாய்ப்பன்கள், மிக்ஸர் பொதிகள் அடுக்கி வைக்கப்பட்ட சிறிய தேனீர்க்கடைகள்.

பசித்தாலும் வாய்ப்பனையோ வடையையோ சாப்பிட முடியாது. மூன்று மடங்கு விலை. பசித்தால் இரண்டு வாழைப்பழமும் தண்ணீரும்தான்.

திரும்பவும் எதிரே பார்வையை ஓடவிட்டான். இப்போது குரல்கள் அடங்கி கொஞ்சம் அமைதி தெரிந்தது. அங்கும் இங்குமாய் அலைந்துவிட்டு வந்த பியதாச,

“நாலு மணிக்குத்தான் எண்ணை வாகனம் வருமாம். அதுக்குப் பிறகுதான் கொடுப்பார்களாம்” என்றான்.

"அப்போதாவது வந்து விடுமா... கட்டாயம் கொடுப்பார்களா." செல்வம் யோசனையோடு கேட்டான். பியதாச கையை விரித்து தோளைக் குலுக்கினான்.

இன்றைக்கு பெற்றோல் கிடைத்தே தீரவேண்டும். வெளியே விற்கும் அதிக விலைக்கு ஒரு போதும் வாங்க முடியாது. இங்கே மூன்று நாளாக கால் வீங்க நின்றது வீணாய் போய்விடுமா...

அம்மாளாச்சி... தாயே...

எதிர்ப்புறம் தெரிந்த கோவில் பார்த்து கும்பிட்டுக் கொண்டான்.

அவனுக்கு பின்புறம் ஓட்டோவில் சாய்ந்து நின்று கொண்டு யோசனையில் இருந்தவனைப் பார்த்து,

"அண்ணை... பெற்றோல் இண்டைக்கு கிடைக்குமா கிடைக்காதா எண்டு ஒரே கவலையாய் இருக்கு. இல்லை எண்டு கையை விரிச்சால் என்ன செய்யிறது" என்று ஆற்றாமையோடு கேட்டான்.

அவனுக்கு நாற்பது வயது இருக்கும். முன் நெற்றியில் லேசாய் நரை விழுந்திருந்தது. சிறிது பருமனான உயரமான தோற்றம். பரந்த முகத்தில் அடர்த்தியான மீசை. அவன் அதிகம் யாருடனும் பேசுவதில்லை. எந்நேரமும் யோசனையும் விரக்தியுமாக இறுகிப்போன முகத்துடன் இருப்பான். அவனின் பெயர் தெய்வேந்திரன் என்றும் வெள்ளவத்தை மல்லிகா வீதியில் இருப்பவன் என்றும் நேற்றுத்தான் பேசும்போது தெரிந்து கொண்டான். வெள்ளவத்தை வீதிகளில் எங்கேனும் அவனைப் பார்த்திருக்கக்கூடும். ஏதோ பரிச்சயமான முகம் போலத்தான் இருந்தது.

"அவங்கள் தந்தால் சரி, இல்லாட்டி என்ன செய்யிறது... முன்னுக்கு கொஞ்ச சனம் பிரச்சனைப்பட்டு கத்துகினம்தானே. அப்பிடித்தான் எல்லாரும் கத்திற நிலை வரப் போகுது. நடக்கிறதைப் பார்க்க வேண்டியதுதான்."

இந்த நெருக்கடியில் யாரும் இப்படித்தான் பேசுவார்கள். ஆனாலும் அவனின் பேச்சில் அதிகம் விரக்தி இருப்பது போல் செல்வத்துக்குத் தோன்றியது. பாவம், வீட்டிலும் என்னென்ன கஷ்டங்களோ... சீவியத்தைக் கொண்டு நடத்த தன்னை மாதிரியே அவனுக்கும் நிறைய பிரச்சனைகள் இருக்கக்கூடும்.

செல்வம் தனது ஓட்டோவுக்கு அருகில் வந்து நின்றுகொண்டான்.

இன்றைக்கு பெற்றோல் தந்தால் கொஞ்ச நாளைக்கு ஓட்டம் இருக்கும். கையில் காசு வரும். கணபதியண்ணையின் கடைக் கடனைக் கொடுத்து விட்டு ஏதேனும் பொருட்களை வாங்கிக்கொள்ளலாம்.

நல்ல சாப்பாடு என்று சாப்பிட்டு எத்தனை நாளாயிற்று.

செல்வத்துக்கு சுதாக்குட்டியின் நினைவு வந்தது.

இப்ப பிள்ளைக்கு எப்படி இருக்கோ... காய்ச்சல் விட்டதா இல்லையா... அமுதா ஏதும் சமைத்தாளா இல்லையா...

ஒருக்கா எடுத்து அமுதாவிடம் கேட்கலாமா என்று நினைத்தபோது கைபேசி ஒலித்தது. அமுதாதான் அழைக்கிறாள். பதட்டத்துடன் எடுத்து "அமுதா..." என்றான்.

மறு பக்கத்தில் அவளின் அழுகைக்குரல் கேட்டது.

"சுதாவுக்கு வலிப்பு வந்திட்டுது. சரியான காய்ச்சல். மேல் எல்லாம் கொதிக்குது. எனக்குப் பயமாய் இருக்கு. உடன வாங்கோ."

"ஐயோ... என்ன சொல்லுறாய்."

செல்வத்தின் கத்தல் கேட்டு பியதாசவும் தெய்வேந்திரனும் அருகே ஓடி வந்தார்கள்.

"ஐயோ... என்ர பிள்ளைக்கு காய்ச்சல் கூடி வலிப்பு வந்திட்டுதாம்."

"சரி... சரி... உடன வாறன் எண்டு சொல்லு" என்று சொன்ன தெய்வேந்திரனைப் பார்த்து,

"நான் இப்ப என்னெண்டு போறது" என்றான் குரல் அடைக்க.

"ஏன்..."

"ஓட்டோவில ஒரு சொட்டு பெற்றோல் இல்லை அண்ணை. வீட்டில இருந்து ஓட்டோவை தள்ளிக் கொண்டுதான் இங்க வந்தனான். எப்பிடியும் பெற்றோல் தருவாங்கள் எண்ட நம்பிக்கையில நிற்கிறன்."

"சரி. உன்ர ஓட்டோ இங்க நிற்கட்டும். எங்க உன்ர வீடு?" தெய்வேந்திரன் கேட்டான்.

"இங்கதான் ஹம்டன் லேன் கடந்து போக வரும்."

“சரி வா. என்ர ஓட்டோவில போகலாம்.”

“பெற்றோல் இருக்கா உங்களிட்ட. இல்லாவிட்டால் நான் என்ர ஓட்டோவில கூட்டிப்போறேன்” என்றான் பியதாச.

“பரவாயில்லை. ஓட்டோவில பெற்றோல் இருக்கு. நான் கூட்டிப்போறன். ஏறு கெதியாய் போவம். மெனக்கெடாத.”

செல்வம் தயங்கினான்.

“நீங்கள் இந்த அளவு கஷ்டப்பட்டு வரிசையில நிண்டு போட்டு வரப்போறீங்களே அண்ணை.”

அதற்குள் அங்கு வந்து சூழ்ந்து நின்றவர்கள் “நீங்கள் கெதியாய்ப் போங்கோ... உங்கட இடத்தை நாங்கள் பார்த்துக் கொள்ளுறம்” என்றார்கள்.

செல்வம் தெய்வேந்திரனின் ஓட்டோவில் ஏறிக்கொள்ள ஓட்டோ சனங்களை விலத்தி பின்பக்கமாக வளைந்து திரும்பி வீதியில் சீறிக்கொண்டு ஓடியது.

“இந்தா வந்திட்டன் அமுதா. யோசிக்காத. உடன ஆஸ்பத்திரிக்கு கொண்டு போயிடலாம். பிள்ளையைப் பார்த்துக்கொள்.”

செல்வம் கைபேசியில் சொல்லிக்கொண்டே வந்தான்.

“கவலைப்படாத... போயிடலாம். எங்க கொண்டு போறது...”

“களுபோவில ஆஸ்பத்திரிக்குக் கொண்டு போவம் அண்ணை. பிறைவேற்றாய் காட்ட வசதி இல்லை.”

“சரி... சரி... அங்கயே போகலாம். அவையளை ஆயத்தமாய் இருக்கச்சொல்லு.”

“அமுதா... ஹலோ, அமுதா... அழாத... இன்னும் பத்து நிமிஷத்தில வந்திடுவம். ஆயத்தமாய் இரு. உடனும் ஆஸ்பத்திரிக்குப் போயிடலாம்” என்று கைபேசியை அணைத்தான்.

“அமுதா சரியாய் அழுகுது. எங்கட ஒரே பிள்ளை. கொஞ்ச நாளாய் ஆன சாப்பாடும் இல்லாமல் போச்சு. நான் என்ன செய்ய அண்ணை... இப்பிடியும் இந்த கடவுள் சோதிக்குதே. உழைப்பு பிழைப்பு இல்லாமல் எத்தினை நாளைக்கு இப்பிடி இருக்கிறது.” செல்வம் அழுகையில் குலுங்கினான்.

தெய்வேந்திரன் ஒரு தடவை திரும்பி அவனைப் பார்த்து விட்டு,

“கவலைப்படாத... டபிள்யூ. ஏ.டி. சில்வா மாவத்தை வந்தாச்சு. அந்த சந்தியில திரும்பினால் ஹம்டன் லேன்தானே... இந்தா போயிடலாம்.”

தெருக்கள் இந்த மத்தியானப் பொழுதில் வாகன ஓட்டம் அதிகமின்றி வெறிச்சிட்டுத்தான் கிடக்கின்றன. ஏதாவது ஒரு நேரத்தில்தான் காரோ, வானோ தென்படுகிறது. அவ்வப்போது ஓட்டோக்களும் கண்ணில் படுகின்றன. மற்றும்படி பேரூந்துகள்தான் ஆட்களை நிறைத்துக்கொண்டு ஓடித்திரிகிறது. மூச்சு முட்ட அடைந்து நின்று பிரயாணம் செய்யும் மனிதர்களைப் பார்க்க பகீரென்கிறது.

வீதியின் இரு பக்கங்களிலுமுள்ள கடைகளிலும் சரி தெருவோர மரக்கறிக்கடைகளிலும் சரி ஆட்கள் நிறைந்து நிற்கத்தான் செய்கிறார்கள். கவலையோடும் விலையேற்றம் பற்றிய மலைப்புகளோடும் நடந்து நடந்தே அலுவல்களை முடித்துக்கொள்பவர்கள். வேறு பாடில்லாமல் எல்லா மனிதர்களையும் அலைக்கழித்துக் கொண்டிருக்கும் நெருக்கடிகள். இதற்குள் வருத்தமும் வந்தால்...

ஹம்டன் வீதி நீளம் போய் ஒரு இறங்கு பாதையில் திரும்பியது ஓட்டோ.

“இதால நேர கொஞ்ச தூரம் போங்கோ.”

அந்தப் பாதையில் ஒரு பக்கம் பாலமும் அதன் கீழே ஓடும் தண்ணீருமாய் காணப்பட மறுபக்கம் வரிசையாய் வெள்ளை நிற பச்சை நிற பூச்சுக்கள் பூசிய சின்னச் சின்ன ஒற்றை அறை வீடுகள். தெருவோரம் இருந்த குழாயில் குடம் வைத்து தண்ணீர் எடுத்துக் கொண்டிருக்கும் பெண்கள்.

“அந்தா... அந்தப்பக்கம் பச்சை நிற பெயிண்ட் அடிச்ச வீடுதான் அண்ணை.”

ஓட்டோ போய் அந்த வீட்டு வாசலில் நின்றது.

மிகவும் சிறிய வீடு. ஒற்றை அறையின் முன்புறம் பலகையால் இழுத்து சதுர விறாந்தையாய் ஆக்கப்பட்டிருந்தது. வாசலில் கிடந்த மெலிந்த நாய் ஒன்று ஓட்டோ சத்தம் கேட்டு ஓடி வந்தது. முற்றத்தில் நாலைந்து பேர் பதட்டத்துடன் நின்று கொண்டிருந்தார்கள்.

செல்வம் இறங்க சுதாவைத் தூக்கிக்கொண்டு அமுதா ஓடிவந்தாள்.

"வலிப்பு நிண்டிட்டுது, ஆனா வாயில நுரை வந்து கொண்டிருக்கு. பிள்ளை மயங்கிப் போச்சு.... என்ர கடவுளே..."

அழுது கொண்டே வந்த அமுதாவிடமிருந்து செல்வம் குழந்தையை வாங்கிக்கொண்டான். பக்கத்து வீட்டு கண்மணி அக்கா ஒரு சாக்கு நிறப் பையை எடுத்துக் கொண்டு வந்து கொடுத்தாள்.

"கெதியாய் ஏறுங்கோ... மெனக்கெட வேண்டாம்." தெய்வேந்திரன் அவசரப் படுத்தினான்.

குழந்தையுடன் அவர்கள் ஏறியதும் ஓட்டோ களுபோவில நோக்கி ஓடியது. மடியில் துவண்டு கிடந்த மகளை பரிதவிப்போடு செல்வம் தடவிக் கொடுத்தான். வாயின் ஓரம் மெலிதான வெள்ளை நுரை ஈரலிப்பாய் இருந்தது. அமுதா அழுது கொண்டே துணியால் துடைத்து விட்டாள்.

"ஒன்றும் ஆகாது. பயப்பட வேண்டாம். ஆஸ்பத்திரிக்கு இப்ப போயிடலாம்."

தெய்வேந்திரன் ஆறுதலாக சொன்னாலும் அவன் குரலிலும் ஒரு பதட்டம் இருக்கத்தான் செய்தது.

இருபது நிமிஷத்தில் ஓட்டோ களுபோவில ஆஸ்பத்திரி வாசலில் நின்றது. அவசரமாக இறங்கினார்கள்.

"நீங்கள் பிள்ளையைக் கொண்டு போங்கோ. ஓட்டோவை அங்க விட்டிட்டு நானும் வாறன். கெதியாய்ப் போங்கோ."

அவர்கள் நிறைந்து போய் நின்ற ஆட்களுக்குள் வழிதேடி உள்ளே போனார்கள். விபரங்களைப் பதியும் நடைமுறைகளை செய்து கொண்டிருக்கும் போதே மயங்கிக் கிடந்த குழந்தையை தாதிகள் வந்து பொறுப்பெடுத்துக் கொண்டு உள்ளே போனார்கள்.

"அமுதா நீ அவையளோட போ. நான் இந்தா வாறன்" என்று சொல்லி அமுதாவை அவர்களுடன் அனுப்பிவிட்டு வாசலுக்கு வந்தான். கையில் அவர்களின் பையை எடுத்துக்கொண்டு உள்ளே வந்த தெய்வேந்திரனைக் கண்டு விட்டு ஆட்களை விலத்தி ஓடி வந்தான்.

பையை வாங்கிக்கொண்டு அவன் இரு கைகளையும் பிடித்து, "அண்ணை" என்றபோது கண்கள் நிரம்பி வழிந்தது.

"பயப்பிடாத. பிள்ளைக்கு சரியாகிவிடும்."

"உங்களின்ர உதவியை எப்பவும் மறக்கமாட்டன். ஓட்டோக் காசு எவ்வளவு அண்ணை."

"இப்ப அதை ஆர் கேட்டது... நீ பெற்றோல் அடிக்க வைச்சிருக்கிற காசு. வைச்சுக்கொள். பிள்ளைக்கு சுகம் வந்தால் போதும்."

சொன்னவனின் குரல் அடைத்துக் கொள்ள செல்வம் நிமிர்ந்து பார்த்தான்.

"அண்ணை..."

"ஒரு மாதத்துக்கு முந்தி பெற்றோலுக்காக நாலு நாளாய் நான் கியூவில நிண்டனான். வீட்டில என்ர பிள்ளைக்கு இழுப்பு வந்து மூச்சு எடுக்க ஏலாமல் கஷ்டப்பட மனிசி எனக்கு போன் பண்ணியிருக்கு. அந்த சன சந்தடியில உடன நான் கவனிக்கேலை. பிறகு பார்த்திட்டு ஓடிப்போய் பிள்ளையை ஆஸ்பத்திரிக்குக் கொண்டு போனம். பலனில்லாமல் போச்சு. கொஞ்சம் முதல் கொண்டு வந்திருந்தால் காப்பாற்றியிருக்கலாம். இவ்வளவு நேரமாய் என்ன செய்தனீங்கள் எண்டு டொக்டர் பேசிப்போட்டார். பத்து வயதுப் பிள்ளையை பறிகொடுத்திட்டு நிற்கிறன். உன்ர பிள்ளைக்கு வருத்தம் எண்ட உடன பதறிப்போயிட்டன். நீ பயப்பிடாத... போய் பிள்ளையை வடிவாய் கவனிச்சுக்கொள்ளு. காசு என்ன காசு..."

எப்போதும் இறுகிப் போயிருக்கும் தெய்வேந்திரன் முகத்தில் மெல்லிய நெகிழ்வு... கண்களில் லேசாய் நீரின் திரை... குரலில் கொப்பளித்த துயர்...

தெய்வேந்திரன் வாசல் கடந்து வெளியே நடந்து போவதை செல்வம் விக்கித்துப் போய் பார்த்துக் கொண்டு நின்றான்.

ஜீவநதி
ஓகஸ்ட் 2022

தேவதைகளின் உலகம்

தர்ஷன் வேலை விஷயமாக ஒரு வாரம் சிட்னிக்குப் போய்விட்டு, இன்று காலை பிரிஸ்பேன் திரும்பியிருந்தான். காலையில் வினுவை கைபேசியில் அழைத்து,

"இன்று மாலை கிளிங்டன் வீதியிலிருக்கும் பொபி இன்டியன் ரெஸ்ரோரண்டுக்கு வாறியா... சந்திப்போம்."

"ஏன்... ஏதும் விஷயம் இருக்கா."

"ஏன் ஏதும் விஷயம் இருந்தால்தான் சந்திக்கவேண்டுமா..."

"அப்பிடி இல்லை"

"கன நாளாய் பார்க்கேலை. ஒருக்கா சந்திப்போம் வாவன்."

"ஒரு கிழமை உனக்கு கன நாளா... சரி சரி வாறன்."

மாலை ஆறு மணிக்கு அம்மாவிடம் சொல்லி விட்டு வினு காரை எடுத்துக்கொண்டு போனாள்.

நாலைந்து நாட்களாக அம்மாவின் முகமே சரியில்லை. மெல்லிய பதட்டம் தெரிகிறது. ஏதோ சொல்ல வருகிறாள். நேற்று இரவு அப்பாவைப்பற்றி பேச்சு தொடங்கிய போதே வினு முகத்தைத் திருப்பிக் கொண்டு அறைக்குப் போய்விட்டாள். வழமையாக அம்மா இப்படி இருக்க மாட்டாளே... அப்பாவின் பேச்சை எடுத்தது அதிசயமாகவும் இருந்தது. சரி திரும்ப வந்து அம்மாவுடன் என்ன ஏது என்று ஆறுதலாக பேசிக்கொள்ளலாம்.

வெளியே மெல்லிய குளிர் பரவியிருந்தது. தெரு விளக்குகள் பளிச்சிட வாகனங்களின் ஓட்டத்தினால் வீதி நெரிந்து கொண்டிருந்தது.

உணவக முன்றலில் காரை நிறுத்திய போதே வாசலில் தர்ஷன் நிற்பதைப் பார்த்தாள். உயரமான தோற்றத்தில் தடித்த ஜக்கற் அணிந்திருந்தான். முகத்தில் அளவான மீசையும் தாடியும். கை உயர்த்தி ஹாய் என்றான்.

இருவரும் உள்ளே சென்று சுவரோரம் உள்ள மேஜையில் அமர்ந்தார்கள். இங்கே உணவு அருமையாக இருக்கும். உணவை விட அங்கு சந்தித்து அமைதியாக இருந்து பேசுவதில் ஒரு வித சந்தோஷம் இருக்கும்.

"என்ன சாப்பிடலாம் சொல்லு.

"பூரி, கிழங்குக்கறி, குருமா ஓடர் பண்ணு."

சாப்பாடு வர அரை மணி நேரம். சாப்பிட்டு முடிக்க ஒரு மணி நேரம். அதன் பின்பும் பேசியதில் நேரம் போனது தெரியவில்லை.

எட்டரை மணியளவில் தர்ஷனின் கைபேசி ஒலித்தது.

"அம்மா எடுக்கிறா. கொஞ்சம் பொறு. ஹலோ அம்மா"

"உன்னோடு வினு நிற்கிறாளா..."

"ம்... நிற்கிறாள்."

"வினுவின் அப்பா இன்று மாலை ஹாட் அட்டாக்கில போயிட்டார். சிட்னியில நாளை மறுநாள் சனிக்கிழமை கிரியையள் செய்யினம். அவளுக்குச்சொல்லி வீடு வரை கொண்டு போய் விட்டிட்டு வா. நாளைக்கு நாங்கள் அங்க போவம்."

"வினு கேட்டுக்கொண்டுதான் இருக்கிறாள். அன்ரிக்கு தெரியுமா?"

"இப்பதான் அவவுக்குத் தெரியும். அவ சொல்லித்தான் உனக்கு எடுத்து சொல்லுறன்."

கைபேசியை அணைத்துவிட்டு தர்ஷன் அவளைப் பார்த்தான்.

இப்போது என்ன மாதிரியான உணர்வு அவளுக்குள் ஏற்பட்டிருக்க வேண்டும்.

அப்பாவின் மரணம்...

ஆனால் மனதுக்குள் எந்த அதிர்வுமில்லை. வெறுமையாக இருந்தது.

"வினு."

அவள் கையின் மீது தன் கையை வைத்து அழுத்தினான்.

இப்போது என்ன செய்ய வேண்டும்... என்ன பேச வேண்டும் என்றும் வினுவுக்குத் தெரியவில்லை..

"வா போவம். வீடு வரைக்கும் வாறன். நான் உள்ள வரேலை. இது அம்மாவுக்கும் உனக்குமான நேரமாக இருக்கட்டும். காலையில வாறம்."

அவள் அமைதியாக எழுந்து காரை நோக்கி நடந்தாள்.

"பரவாயில்லை தர்ஷன். நான் போயிடுவன். நீ அலையவேண்டாம்."

"இல்லை கொஞ்சத்தூரம்தானே கூட வந்து விட்டிட்டு அப்பிடியே போயிடுறன்."

வினு ஒன்றும் சொல்லாமல் காரை எடுத்தாள். அவளது காரைத்தொடர்ந்து தர்ஷன் வருவது தெரிந்தது. வாகனங்கள் நிறைந்த தெரு நீண்டிருந்தது.

இந்த தருணத்தை அம்மா எப்படி எதிர் கொள்வாள். அப்பாவின் இறப்பு அம்மாவின் மனதை அவ்வளவு தூரம் பாதிக்கப் போவதில்லை என்று தெரியும். தன் இயலாமையை, ஆற்றாமையை, பட்ட அவமானத்தை நினைத்து மனம் கொதிக்கக்கூடும். திடுமென்று ஒரு நினைப்பு. நாலைந்து நாளாக அம்மாவின் முக மாற்றத்துக்கும் அப்பாவின் இழப்புக்கும் ஏதும் சம்பந்தம் இருக்குமா... இல்லை... இருக்காது... இன்று மாலைதான் அவர் இறந்திருக்கிறார்.

அவள் வீட்டிலிருந்து வெளியே வந்த பின்தான் அம்மாவுக்கு செய்தி வந்திருக்கிறது.

மனம் முழுவதும் அம்மா வியாபித்து நின்றாள். அதற்குள் அப்பாவின் முகத்தை தேடவேண்டியிருந்தது.

அம்மா.

சின்ன வயதில் அம்மா சொன்ன கதைகளில் வரும் தேவதைகள் யாரும் சிரித்த முகத்துடன் இருந்ததில்லை. தலையில் மின்னும் கிரீடமும் தோளில் முளைத்த சிறகுகளும் தரை தொடும் வெண் துகிலுமாய் மேகத்திரளுக்குள் அந்தரத்தில் அலைந்து கொண்டிருக்கும் தேவதைகள்தான் கண்முன்னால் காட்சிகளாய் தெரிந்திருக்கிறார்கள். அவர்கள் ஏன் சிரிப்பதில்லை என்று அந்த வயதில் கேட்கத் தோன்றியதில்லை. தேவதைகள் என்றால் அப்படித்தான் இருப்பார்கள் என்று அப்போது அவள் மனம் நம்பியிருக்க வேண்டும். அம்மா விபரிக்கும் தேவதைகள் சிரிக்காவிட்டாலும் மிகவும் அழகானவர்களாகவே இருந்தார்கள். அம்மா மாதிரியே என்று நினைத்துக்கொள்வாள்.

அம்மாதான் எத்தனை அழகு. பெரிய கண்களும் கூர்மையான மூக்கும் சின்ன உதடுகளுமாக வசீகரத்தோற்றம் கொண்டவள். அந்த அழகான அம்மா அதிகம் சிரித்து அவள் பார்த்ததில்லை. அம்மாவின் கண்களுக்குள் புதையுண்டு கிடக்கும் சோகமும் ஏக்கமும் அவள் முகத்தின் நிரந்தர அடையாளங்களாகி விட்டன. அவளுக்கு அம்மாவை மிகவும் பிடிக்கும். அவளுக்கு மட்டுமல்ல உதயா சித்தி, வேதா அன்ரி, காவேரி மிஸ் என்று அம்மாவை நேசிப்பவர்கள் இருக்கிறார்கள். ஆனால் அப்பாவுக்கு மட்டும் ஏன் அம்மாவைப் பிடிக்காமல் போனது என்பதுதான் அவளுக்கு புரியாத விஷயமாக இருந்தது. அம்மாவின் இறுகிப்போன முகத்தின் பின்னால் எத்தனையோ வலி மிகுந்த கதைகள் இருக்கக்கூடும். அம்மா மனம் விட்டு அதிகமாக யாரிடமும் பகிர்ந்து கொண்டதில்லை. உதயா சித்தியிடம் ஏதும் பகிர்ந்து கொள்ளக்கூடும். அவள் காதுக்கு எதுவும் வந்ததில்லை. தனது துயரம் தன் பெண்ணைப் பாதித்துவிடக் கூடாது என்று அம்மா நினைப்பதை அவளால் புரிந்து கொள்ள முடிந்தது.

வினுவின் எட்டு வயது வரை நடந்தவைகளில் அநேகம் இப்போதும் நினைவில் இருக்கின்றன. அவளின் சின்ன வயதிலிருந்து அப்பா என்பவருக்கான தனியான ஒரு சித்திரம் அவள் மனதில் உருவாகியிருந்தது. தருணியின் அப்பா போல, சங்கரியின் அப்பா போல, நேத்ராவின் அப்பா போல தன் அப்பா இல்லை என்பது அந்த வயதிலேயே அவளுக்குப் புரிந்திருந்தது. தானே தனக்கு ஒரு வட்டத்தை வைத்துக்கொண்டு யாருடனும் ஒட்டாமல் இருந்த அப்பாவைத்தான் அவள் பார்த்திருக்கிறாள். முகத்தில் எவ்வித உணர்ச்சியுமின்றி இறுகிப் போயிருந்த அப்பாவின் முகத்தைப் பார்க்கவே பிடிக்காமல் போனது.

அப்பா அம்மாவோடு அவுஸ்திரேலியா வந்தபோது அவளுக்கு நான்கு வயது. 2004ஆம் ஆண்டு இலங்கையின் சமாதான காலத்தில் கொக்குவிலிருந்து புறப்பட்டு கொழும்பில் ஒரு வருடம் நின்று 2005ஆம் ஆண்டு பிரிஸ்பேன் வந்து இறங்கினார்கள். அப்பா பொறியியலாளராக இருந்ததால் நல்ல நிறுவனம் ஒன்றில் வேலை கிடைத்து தொழில் வதிவிட அனுமதியில் வந்தார்கள். அவளுக்கு எட்டு வயதான போது நிரந்தர வதிவிட அனுமதி கிடைத்தது. அது கிடைத்து எட்டு மாதங்களில் அப்பா வீட்டை விட்டு போய்விட்டார். அவர் வீட்டில் இருந்த நாட்களில் கூட அம்மாவுடன் அதிகம் பேசி அவள் பார்த்ததில்லை. அம்மா சமைத்து மேஜையில் வைப்பதை தனியாக இருந்து சாப்பிட்டுக் கொள்வார். ஏதும் தேவை இருந்தால் மட்டும் அவர்களுடன் ஓரிரு வார்த்தைகள் கதைப்பார். அவளோடும் கூட அதிகம் கதைப்பதோ அணைத்துக் கொள்வதோ கிடையாது. வீடு எப்போதும் அமைதியாகவே இருக்கும்.

வீட்டின் தேவைகளுக்கு அவர் எந்தக் குறையும் வைத்ததில்லை. அப்பா என்ன மாதிரியான ஆள் என்று அவள் மனம் யோசித்துக்கொண்டேயிருக்கும். பொறுக்க மாட்டாமல் உதயா சித்தியிடம் சொல்லி அழுவாள்.

“அப்பா ஏன் சித்தி இப்படி இருக்கிறார். அம்மா மேல் என்ன வெறுப்பு... அம்மாவை ஏன் இப்படி கவலைப்பட வைக்கிறார்.”

“அதெல்லாம் இல்லை. கவலைப்படாதே... போகப்போகச் சரியாகிவிடும்.”

எப்படி சரியாகும் என்று புரியவில்லை.

அப்பா பிரிந்து போனபின் வீடு இன்னமும் அமைதியானது. என்ன நடந்தது... ஏன் போனார் என்று அவளால் ஊகிக்கவும் முடியவில்லை. முதல் நாள் இரவு அம்மாவுடன் வெகுநேரம் ஏதோ சொல்லிக்கொண்டிருந்தார். அடுத்த அறையில் படுத்திருந்த அவளுக்கு எதுவும் புரியவில்லை. அம்மா குரல் அடைக்க ஏதோ சொல்வதும் தெளிவற்றுக் கேட்டது. அடுத்த நாட்காலையில் அப்பா மேஜையில் அமர்ந்து சாப்பிட்டார். பின்னர் பெரிய பிரயாணப்பையுடன் அறையிலிருந்து வெளியே வந்தார். அம்மாவின் பக்கமே திரும்பாமல் வாசல்வரை போனவர் நின்று திரும்பி வினுவைப் பார்த்து வா என்று கை நீட்டினார். அவள் அம்மாவின் பின்னால் மறைந்து நின்று கொண்டு அப்பாவை

வெறித்துப் பார்த்தாள். ஒரு நிமிடம் தயங்கி நின்றவர் திரும்பி வாசல் படி இறங்கிப் போனார். அதன் பிறகு அப்பா அவர்கள் வாழ்க்கையில் இல்லை என்பதே நிதர்சனமாயிற்று. தனித்து நின்ற அந்தப் காலங்களை அம்மா எப்படி கடந்து வந்தாள் என்பதை பார்த்துக்கொண்டே அவள் வளர்ந்தாள்.

அம்மா தனக்கென்று ஒரு சிறிய உலகத்தை உருவாக்கி வினுவை மட்டும் அதற்குள் அனுமதித்து இருவருக்குமான வாழ்க்கையாக அதைக் கொண்டு சென்றிருக்கிறாள். அம்மாவுக்கு உதயா சித்தியும் சித்தப்பாவும் பக்க பலமாக இருந்திருக்கிறார்கள். அரை மணிநேர கார் பயண தூரத்தில் அவர்கள் இருப்பதால் அடிக்கடி வந்து எங்களைப் பார்த்துக்கொண்டார்கள்.

அப்பா போகும் போது காரையும் வங்கியில் கொஞ்ச பணத்தையும் விட்டுப் போயிருந்தார். அந்த பணத்தை வைத்து எத்தனை நாட்களைக் கடத்த முடியும்.

வாழ்க்கைச்செலவு... மாதாமாதம் வீட்டு வாடகை...

திகைத்துப்போய் நின்ற அம்மாவை உதயாச்சித்திதான் குழந்தைகள் பராமரிப்பு படிப்பு படிப்பதற்காக சேர்த்து விட்டார். அம்மா படிப்பைத் தொடர்ந்தாள். வினுவைப் பாடசாலையில் விட்டு விட்டு வகுப்புக்குப் போவாள். இரண்டு வருஷங்களில் படிப்பு முடிய அருகிலிருந்த குழந்தைகள் பராமரிப்பு நிலையத்தில் வேலை கிடைத்தது. அதன் பிறகு அம்மாவால் ஓரளவுக்கு சமாளிக்க முடிந்தது. வினுவுக்கு பிரிஸ்பேனிலேயே பல்கலைக்கழக அனுமதி கிடைத்துப் படிக்கத் தொடங்கினாள். அந்தக் காலங்களில் அம்மா மேலதிக வருமானம் தேடுவதற்காக சமையல் வேலைக்கும் போகத்தொடங்கினாள். பிறந்தநாள் போன்ற நிகழ்வுகளுக்கு உணவு தயாரித்துக் கொடுக்கும் வேலையை வேதா அன்ரி செய்து கொண்டிருந்தார். அவருக்கு உதவியாக அம்மா போய்வருவாள். அதற்கு வேதா அன்ரியிடமிருந்து சில நூறு டொலர்கள் சம்பளமாகக் கிடைக்கும். அம்மா வேலை முடிந்து வரும்வரை அவள் கவலையோடு காத்துக்கொண்டிருப்பாள். அம்மா இப்படி கஷ்டப்படும் போதெல்லாம் அப்பா மீதுதான் கோபம் வரும். தன்னுடைய பொறுப்பிலிருந்து விலகிப் போன மனிதரை அவளால் மன்னிக்கவே முடியவில்லை. இரவு ஏழெட்டு மணிக்கு எண்ணெய் வாசனையோடு வரும் அம்மாவை அணைத்துக்கொள்ளும் போது அழுகை வரும்.

"களைத்துப்போய் வாறீங்கள் அம்மா. ஏன் இந்த வேலை..."

"அதெல்லாம் ஒரு களைப்பும் இல்லை. அன்றாடம் செய்யிற வேலைதானே."

"அப்பா மாதிரி பொறுப்பில்லாதவருக்கு கல்யாணமும் குடும்பமும் என்னத்துக்கு. உங்களை வருத்த அவருக்கு என்ன உரிமை இருக்கு"

கண் முனையில் நீர் திரண்டு நிற்க அவள் கத்துவாள். அம்மா அவளை அணைத்து,

"இப்பிடியெல்லாம் கதைக்கக்கூடாது. எல்லாம் நாங்களே சமாளிக்கலாம். எனக்கு ஒரு கஷ்டமுமில்லை."

அம்மா மெலிதாய் சிரிக்க முயல்வாள். அவள் சமாளிக்கும் விதம் இன்னும் துயர் தருவதாய் இருக்கும். அம்மாவின் கடந்தகாலம் பற்றிய ஏதும் விஷயங்கள் அப்பாவின் மனதை நெருடுகிறதோ என்றும் தோன்றியது. என்னவோ அவர்களுக்குள் ஒரு மௌனயுத்தம் நடந்துகொண்டுதான் இருந்திருக்கிறது. அப்பா போன பின் இந்த பதின்மூன்று வருஷங்களில் அப்பாவின் பேச்சே அம்மா பேசுவதில்லை. அவர் எங்கே போனார் என்ன ஆனார் என்று எதுவும் தெரியவில்லை. அப்பா பற்றிய எந்தப் பேச்சையும் விரும்பாதவளாக அம்மா இருந்தாள். அவ்வளவு தூரம் அம்மாவின் மனதை அவர் வருத்தியிருக்கிறார். படிப்பு அதிகம் அற்ற கொஞ்சம் பயந்த சுபாவமுள்ள அம்மா மனமுடைந்து போகாமல் மீண்ட தருணங்களை ஆச்சரியத்தோடு நினைத்துப் பார்ப்பாள். கையறு நிலையிலுள்ள சூழலும் கைவிடப்பட்ட அவமானமும் சேர்ந்து அவளுக்கு தைரியத்தையும் நம்பிக்கையையும் கொடுத்திருக்கவேண்டும்.

வாழ்வில் இழந்து விட்ட சந்தோஷங்களை வருங்காலம் அம்மாவுக்கு மீட்டுக் கொடுக்கப் போவதில்லை. வினுவின் படிப்பும் அதனால் கிடைக்கும் பெருமையும் அவளின் பாசமும்தான் இனி அம்மாவின் சந்தோஷங்களாக மாறப்போகிறது.

அன்றைக்கு அன்று நடப்பவற்றை அம்மாவுடன் பகிரும் போதெல்லாம் சிறு பிள்ளையின் ஆர்வத்தோடு கேட்பாள்.

"நீ வளர்ந்திட்டாய். உனக்கு சொல்ல வேண்டியதில்லை. ஆனாலும் கவனமாய் இரு. யாரையும் அளவோடு வைத்துப் பழகு."

அம்மாவை அவள் கனிவோடு பார்ப்பாள்.

ஏதோவொரு பயம் அம்மாவுக்கு உள்ளூர இருக்கிறது.

வினு முதலாம் வருடம் படித்த நேரம். அவளை விரும்புவதாக கேசவன் சொன்னபோது அவள் எந்த பதிலும் அவனுக்கு சொல்லவில்லை. அம்மாவிடம் வந்து சொன்னபோது லேசாய் அவள் பதட்டப்பட்டதைக் கவனித்தாள்.

"கூடப்படிக்கிறதால அவனைப்பற்றி உனக்குத் தெரிஞ்சிருக்கலாம். ஆனால் அவன் வீடு எப்படி? தகப்பன் எப்படி? சுயமாய் முடிவு எடுக்கத் தெரியாமல் தகப்பன் சொல்லுறதைக் கேட்பவன் என்றால் வேண்டவே வேண்டாம். ஒரு நிமிஷத்தில விரும்பினவளை கை விட்டுப் போயிடுவான். காலம் முழுக்க எத்தனை துன்பம் வரும்.

அம்மாவின் பதட்டம் அவளை யோசிக்க வைத்தது. கேசவன் மீது பெரிதாய் மனம் ஈடுபடவில்லை. அதனால் தன் மறுப்பை அவனுக்கு இதமாக சொல்லிவிட்டாள். அவனும் அதன் பிறகு எந்த தொந்தரவும் செய்யவில்லை. இன்று பார்த்தாலும் ஹலோ... ஹாய். என்று கையசைத்து பேசுகிறான்.

போன வருஷம் இறுதி ஆண்டு தொடங்கியபோது தர்ஷன் தன் விருப்பத்தை அவளிடம் சொன்னான். அப்போதும் அவள் அம்மாவிடம்தான் வந்து நின்றாள்.

"தர்ஷன் கேட்க நான் உங்களிடம் கேட்டுச் சொல்லுறன் என்று சொன்னேன். என்ன சொல்ல..."

அம்மா யோசனையோடு பார்த்தாள். தர்ஷன் குடும்பத்தை அம்மாவுக்கும் பல நாளாய்த் தெரியும். சித்தப்பாவின் ஒன்று விட்ட அக்காவின் மகன். அருகே உள்ள மிற்சில்றடன் என்ற இடத்தில் இருப்பவர்கள். அம்மா வேண்டாம் என்று சொன்னால் தர்ஷனிடம் மறுத்துவிடும் முடிவும் அவளிடம் இருந்தது. அம்மா இரண்டு நாட்கள் அமைதியாக இருந்தாள். சித்தப்பா சித்தியுடன் பேசினாள். தர்ஷனையும் அவன் அப்பா அம்மாவையும் சந்தித்து கதைத்து முடிவு எடுத்தாள்.

"சரி. எனக்கு சம்மதம். படிப்பு முடிந்து ஒரு நல்ல வேலையில் சேர்ந்து கொள். அதன் பிறகு கல்யாணம் செய்யலாம். தர்ஷன் உன்னை எந்த சூழலிலும் கை விட மாட்டான் என்ற நம்பிக்கை இருக்கு."

அம்மாவின் நம்பிக்கைக்கு ஏற்றபடி தர்ஷன் இருந்தது அவளுக்கும் ஆறுதலாக இருந்தது. தர்ஷன் வீட்டுக்கு வருவான். அம்மாவின்

கையால் சாப்பிடுவது அவனுக்கு மிகவும் பிடிக்கும். அம்மாவுக்கு ஒரு பிள்ளையாகவே பழகினான். அப்பா பற்றி அவனுக்கு தெரிந்திருந்தாலும் ஒரு நாளும் அவர் பற்றி கேட்கமாட்டான். அவளாக ஏதும் சொன்னாலும்,

"அதை விடு. உங்கள் வாழ்க்கையில் இனி எப்போதும் அவர் இல்லை. அவர் பற்றிய நினைவுகளை மறந்து விடுவதே உனக்கு நல்லது" என்பான்.

இன்றைக்கு தர்ஷனுடன் நின்ற போது அப்பாவின் இறப்புச் செய்தி வந்திருக்கிறது. அவளுக்கு இதனால் பெரிய பாதிப்பு எதுவும் ஏற்படப் போவதில்லை. அம்மாவின் மனநிலையை நினைக்க கொஞ்சம் கவலையாக இருந்தது.

வீட்டு வாசலில் கார் திரும்ப தர்ஷன் கையசைத்து விட்டுக் கடந்து போனான். காரை நிறுத்திவிட்டு உள்ளே வினு போனபோது அம்மா நடு அறை சோபாவில் அமர்ந்திருந்தாள். வினு, அம்மாவின் அருகே அமர்ந்து அவள் கைகளைப் பற்றிக்கொண்டாள்.

"எனக்குத் தெரியும் அம்மா. அன்ரி சொன்னா. இனி என்ன செய்யிறது. அது அவற்ற விதி."

அம்மா எதுவும் பேசவில்லை. வினு தயங்கியபடி கேட்டாள்.

"அப்பாவைப்பற்றி நாம் பேசிக்கொள்வதே இல்லை. அதால பல விஷயங்கள் எனக்கு தெரியாமலே போயிருக்கு. இனித்தான் அவர் இல்லையே. இனிக் கதைக்கலாம்தானே. உங்களின்ர கடந்தகாலம் பற்றி என்ன பிரச்சனை அவருக்கு. ஏன் இப்பிடி விட்டுப் போனார்."

"விடு வினு. அதுகளை கதைத்து என்ன பிரயோசனம். எல்லாம் முடிஞ்சிட்டுது."

"என்ன நடந்தது என்று அறிஞ்சால் எனக்காவது நிம்மதி கிட்டும்தானே."

அம்மா வினுவின் முகத்தைப்பார்த்தாள். தனது துயரைக் கொட்டிவிட்டால் தன் மனசும் லேசாகும் என்று அம்மாவுக்கு தோன்றியிருக்க வேண்டும். குரல் கரகரக்கச் சொன்னாள்.

"எனக்கு எந்தக் கடந்தகாலமும் பிரச்சனையாக இல்லை. அப்பாதான்..."

தயக்கத்தோடு "வேண்டாம். இப்ப எதுக்கு அதெல்லாம்" என்றாள்.

"பரவாயில்லை. சொல்லுங்கோம்மா."

"அப்பாதான் முந்தி ஒரு பொம்பிளையை விரும்பினவர். அதுகள் கஷ்டப்பட்ட குடும்பம் என்று சொல்லி அவற்ற அப்பா செய்து வைக்க மறுத்திட்டார். தகப்பனை எதிர்த்து நிற்க அப்பாவுக்கு தைரியம் இல்லை. அவவை விட்டிட்டு தகப்பன் சொன்னபடி என்னைக் கல்யாணம் செய்தார். அவவுக்கும் பிறகு கல்யாணம் நடந்திட்டுது. அதால அப்பா கொஞ்சம் மனம் ஆறி இதுதான் விதி என்று என்னோட நல்லாய்த்தான் இருந்தார். ஆனால் அந்தப் பெண்ணுக்கு வாழ்க்கை சரியாய் அமையேலை. கட்டினவன் பழைய கதையைச் சொல்லிச் சொல்லி ஓரே சித்திரவதை. அதை அறிஞ்சதும் அப்பாவுக்கு மனம் தாங்கேலை. குற்ற உணர்வில ஒடுங்கிப்போயிட்டார். எங்களோடயும் ஒட்ட முடியேலை. கடைசியில அந்தப் பெண் கொடுமை தாங்காமல் தூக்குப் போட்டு தற்கொலை செய்திட்டுது. அதோட அப்பா உடைஞ்சு போனார். ஏற்கனவே குற்ற உணர்வில இருந்தவர் இத்தோட எல்லாம் வெறுத்து மனமும் குழம்பி வேற ஆளாய்ப்போனார். இலங்கையிலயிருந்து இங்க வந்திறங்கின நேரம் இதெல்லாம் நடந்தது. அதுக்குப் பிறகு அவரால இயல்பான வாழ்வு வாழ முடியேலை. விரக்தியும் குற்ற உணர்வும் சேர நிம்மதியைத் தேடிப் போறன் என்று போயிட்டார்."

இரவின் அமைதியில் அம்மாவின் தேய்ந்த குரல் ஏற்ற இறக்கத்துடன் ஒலித்தது.

வினு அசைவற்றுக் கேட்டுக் கொண்டிருந்தாள்.

வீதியில் வாகனம் செல்லும் மெல்லிய இரைச்சல் தவிர வேறெந்த சத்தமும் இல்லை.

"இவ்வளவு நாளும் அப்பா எங்க இருந்தார் என்ன செய்தார் என்று ஏற்கனவே உங்களுக்கு தெரியுமா?"

"கன நாளாய்த் தெரியாது. ரெண்டு வருஷத்துக்கு முந்தி அவற்ற நண்பர் ஒருவர் சொன்னார். இங்கயிருந்து போய் பேர்த்தில அஞ்சு வருஷம் ஒரு நண்பரோட இருந்தவராம். பிறகு சிட்னியில போய் தெரிஞ்ச ஆட்களுக்கு பக்கத்தில அறை எடுத்து இருந்தவராம். அதுக்கு பிறகு மன நிலையும் சீராய் இல்லாமல் போய் முதியோர் காப்பகத்தில இருக்கிறதாய் சொன்னார்."

“அப்பா போனபிறகு அவரோட எப்பவாவது கதைச்சிருக்கிறீங்களா?”

அம்மாவின் முகம் தாழ்ந்திருந்தது. மின்னலென ஒரு வலியும் வேதனையும் அந்த முகத்தில் பிரதிபலித்தது.

“நாலைஞ்சு நாட்களுக்கு முன்புதான் கதைச்சனான்.”

வினு வியப்போடு பார்த்தாள்.

“எப்படி?”

“அவரின் நண்பர்தான் தொடர்பு எடுத்து தந்தவர். நான் ஹலோ என்றதும் அழுதார். வீட்ட வாங்கோ. நாங்க இருக்கிறம். உங்களைப் பார்ப்பம் என்று சொல்ல மறுத்திட்டார். உங்களைக் கை விட்டுப் போன எனக்கு மறுபடி உங்களோட வந்து இருக்கிற தகுதி இல்லை என்று சொல்லி சரியாய் அழுதார். உங்களுக்கும் மகளுக்கும் அநியாயம் செய்துவிட்டதாய் புலம்பிக் கொண்டேயிருக்கிறார் என்று அந்த நண்பரும் சொன்னார். உன்னோட கதைச்சு ஒரு தடவை அவரைப்போய் பார்த்து வரலாமா என்று யோசித்தேன். அதுக்குள்ள இப்படி நடந்திட்டுது. எனக்கு அப்பா மேல கோபத்தை விட அனுதாபமே அதிகம் இருந்தது. பாவம் வாழ்நாள் முழுவதும் குற்ற உணர்வோடயே வாழ்ந்திட்டார். இன்று நீ வெளியே போன பத்து நிமிஷத்தில அந்த நண்பர்தான் எடுத்து விஷயத்தைச் சொன்னார்.”

இப்போது அம்மாவின் கண்களில் நீரின் பளபளப்பு.

இது என்ன மாதிரியான உணர்வு...

அத்தனை கோபதாபங்களையும் அடித்துப் புரட்டிப் போட்டு விட்டு இரக்கமும் துக்கமும் வந்து மனதை நிறைத்து நின்றது.

வினு அம்மாவை அணைத்துக்கொண்டாள்.

“சனிக்கிழமைதானே கிரியையள் செய்யினம். நாங்கள் ரெண்டு பேரும் சிட்னிக்குப் போய் கலந்து கொள்ளுவம். டிக்கற் போடுறன் அம்மா.”

காற்றுவெளி
ஜூலை 2023

நிழல்

அம்மா குரல் உயர்த்தி கதறினாள். வந்திருந்த அத்தனை பெண்களின் அழுகை ஒலியையும் மீறிக்கொண்டு அம்மாவின் குரல் தனியாகக் கேட்டது. அந்த சின்ன விறாந்தையிலும் முற்றத்திலும் ஊரே கூடியிருந்தது. காலை வெயில் விறாந்தையின் பாதி இடம் வரை பரவியிருந்தது. விறாந்தை நடுவே போடப்பட்டிருந்த வாங்கின் மீது வைத்த பெட்டிக்குள் கண் மூடி ஆதவன் படுத்திருந்தான்.

“ஐயோ ராசா.. ஏனப்பன் இப்பிடிச் செய்தாய்... எங்களை விட்டிட்டுப் போக உனக்கு எப்படியடா மனசு வந்தது... என்ர கடவுளே...”

அம்மாவின் அழுகைக்கு யாராலும் அணை போட முடியவில்லை. அமுதா அருகே அமர்ந்து அம்மாவின் தோளை அணைத்துக் கொண்டாள். அவள் அணைப்பை உணரும் போதெல்லாம் அம்மா வெடித்துக் கொண்டு அழுதாள். அவளும் அம்மாவும் தனித்துப் போய் நிற்கும் நிலையை தோற்றுவித்துப் போன பிள்ளையை நினைத்து கண்ணீர் கொட்டிக் கொண்டேயிருந்தது. அவள் ஆதவனின் முகத்தைப் பார்த்தாள். இருபத்திமூன்று வயசுக்கு குழந்தை முகம் மாறாமல் இருந்தான். பதினைந்து வயது வரை அம்மாவின் மடியிலேயே படுத்து வளர்ந்த பிள்ளை. அவர்களின் அனைத்து எதிர்பார்ப்புகளும் அவனைச் சுற்றியே இருந்தது. இவனால்தான் இந்தக் குடும்பத்தின் கஷ்டங்கள் தீரப்போகிறது... இவனால்தான் சந்தோஷங்கள் கிடைக்கப் போகிறது....

எத்தனை எத்தனை நம்பிக்கைகள்...

அத்தனை நம்பிக்கைகளையும் ஒரு நொடியில் சிதறடித்து விட்டுப் போய்விட்டான்.

பக்கத்தில் இருந்த வாணிச்சித்தி தலையில் அடித்துக்கொண்டு அழுதாள்.

"கம்பஸில படிச்சு பெரிய ஆளாய் வருவாய் எண்டு பார்த்துக் கொண்டிருக்க இப்பிடி செய்திட்டியேடா... பழிச் சொல்லு தாங்காமல் இப்பிடி ஒரு முடிவை எடுத்திட்டியே அப்பன்... நீ ஒரு நாளும் பிழை செய்ய மாட்டாய். நாங்கள் உன்னை நம்பிறம். பிறகு ஏன் இப்பிடி செய்தாயடா... அம்மாவையும் அக்காவையும் நினைச்சுப் பார்க்காமல் விட்டிட்டியே... ஐயோ... தாங்க முடியுதில்லை..."

சித்தியின் அழுகையில் மட்டுமில்லை ஊர் பெண்களின் அழுகையிலும் பொய்மை இல்லை. மனம் நொந்து விடும் கண்ணீர் ஒரு அப்பாவி இளைஞனுக்கானது.

"மிதிச்ச புல்லு சாகாது. அப்பிடிப்பட்ட அப்பிராணிப் பெடியன். அவனைப்போய் போதை மருந்து பாவிச்சவன் எண்டு சொல்லிப் போட்டாங்களே... பாவியள்."

என்ற புலம்பல்தான் எல்லோர் வாயிலிருந்தும் வந்து கொண்டிருந்தது.

அமுதா வெள்ளைத் துணிக்குள் புதைந்து போயிருந்த ஆதவனின் முகத்தைப் பார்த்தாள். தற்கொலை செய்யும் துணிவு எப்படி இவனுக்கு வந்தது. அவ்வளவு தூரம் மனசு உடைந்து போனானா... தற்கொலை செய்யப்போகும் அந்த கடைசி நேரத் தருணம் என்னென்ன நினைத்திருப்பான்... சத்தம் வராமல் அழுதிருப்பான்.. மனதுக்குள் சுக்கு நூறாய் நொறுங்கியிருப்பான்... அந்த உணர்வு அவனுக்குள் எத்தனை துன்பத்தை கொடுத்திருக்கும்.

ஐயோ... என்ர அப்பன்...

கண்ணீர் அடக்க மாட்டாமல் பொங்கிக்கொண்டு வந்தது.

அதிர்ந்து பேசத் தெரியாதவன். சொல்வதையெல்லாம் தலையசைத்து கேட்டுக் கொள்பவன்.அம்மாவும் அக்காவுமே உலகம் என்று வாழ்ந்திருப்பவன். எப்படி ஒரு கணத்தில் தற்கொலை செய்யும் முடிவை எடுத்திருப்பான்..

அப்பா இல்லாத குடும்பம். இரு குழந்தைகளை கை விட்டுப் போன அப்பா. இதுவரை எங்கே என்று தெரியாது. இருக்கிறாரா இல்லையா என்பதும் தெரியாது. அம்மாதான் ஓடி ஓடி எல்லா வேலைகளையும் செய்து அவர்களை வளர்த்து ஆளாக்கினாள். அமுதாவுக்கு படிப்பு அவ்வளவாக வரவில்லை. வீட்டு நிலமை அவளை படிப்பை விட்டு உழைப்பைத் தேட வைத்தது.

ஆதவனுக்கு பல்கலைக்கழக அனுமதி கிடைத்தபோது அவன் படிப்புத் தேவைக்காக புடவைக்கடை ஒன்றில் வேலைக்குச் சேர்ந்தாள். சித்தப்பா தெரிந்தவர் மூலம் கதைத்து அந்த வேலையை எடுத்துத் தந்தார். காலை ஒன்பது மணியிலிருந்து இரவு எட்டு மணி வரை நின்றபடியே வேலை செய்யவேண்டும். கால்வலியோடு சைக்கிள் ஓடி வீடு வந்து சேர்வதற்குள் களைத்துவிடுவாள். அம்மாவின் சுமைகளை பகிர்ந்து கொள்ள முடிந்ததில் அந்த களைப்பெல்லாம் பெரிதாகத் தெரிந்ததில்லை. அந்த வருமானம் வீட்டின் கஷ்டங்களை ஓரளவு போக்கியது.. ஆதவனையும் படிக்க வைக்க முடிந்தது. அம்மாவின் கனவு ஆதவன் படித்து ஒரு நல்ல நிலைமைக்கு வரவேண்டும் என்பது. அதற்காக தங்களை வருத்தி அவனுக்கு ஒரு குறையும் வராமல் பார்த்துக் கொண்டார்கள்.

இதோ இன்னும் ஒரு வருடம் படித்தால் பட்டதாரியாக வந்து விடுவான். நல்ல வேலை தேடிக்கொண்டு அவர்களை நன்றாகப் பார்த்துக் கொள்வான் என்ற எதிர்பார்ப்பு ஒரு காலை நேரத்தில் கனவாக கலைந்து விட்டது.

ஒரு வாரமாகவே பிரச்சனைகள் நடந்து கொண்டிருந்தன. போதைப்பொருள் வைத்திருந்ததாகவும் பாவித்ததாகவும் சில மாணவர்களை விசாரணைக்கு உள்ளாக்கியிருந்தார்கள். அவர்களில் ஆதவனும் ஒருவன் என்று தகவல் வந்ததும் பதறியடித்துக் கொண்டு அம்மாவையும் கூட்டிக் கொண்டு அமுதா போனாள். அறைக்குள் அமர்ந்திருந்த ஆதவன் யன்னலுக்கு வெளியே அவர்களைக் கண்டதும் வெடித்துக் கொண்டு அழுதான். அவனுக்கு கிட்ட போக முடியவில்லை. யாரிடம் விசாரிப்பது என்றும் தெரியவில்லை. அதன் பிறகு அவனை பார்க்க முடியவில்லை. விசாரிக்க எங்கேயோ கொண்டு போனதாக சொன்னார்கள்.

அம்மா அழுது கொண்டேயிருந்தாள். அவளைத்தேற்றுவதே பெருப்பாடாய் இருந்தது. சித்தப்பாதான் எங்கெங்கோ அலைந்து திரிந்தார். நான்காம் நாள் பொழுது படும் நேரம் சித்தப்பா ஆதவனைக் கூட்டிக் கொண்டு வீட்டுக்கு வந்தார்.

“விசாரித்து விட்டு போகச்சொல்லி விட்டார்கள். கூப்பிடும் போது வரச் சொன்னார்கள்” என்றார் சித்தப்பா. ஆதவன் அம்மாவின் மடியில் விழுந்து அழுதான்.

“அழாதையப்பன். நீ பிழை செய்ய மாட்டாய் எண்டு தெரியும்.”

“நான் அந்தப் பெடியளோட நிண்டனான்தான். ஆனா நான் பாவிக்கேலை. எனக்கு பயமாக் கிடக்கு. வெளியில எல்லாருக்கும் கதை போயிட்டுது. அவமானமாக் கிடக்கு.”

முகம் பொத்தி அழுதவனைத் தேற்ற முடியாமல் அம்மாவும் அவளும் கலங்கிப் போய் நின்றார்கள்.

“உன்னைப் பற்றித் தெரிஞ்சவை அப்பிடி பிழையாய் கதைக்க மாட்டினம். நீ மனதைப் போட்டுக் குழப்பாதை.”

சித்தப்பாவும் சித்தியும் ஆறுதல் சொன்னார்கள்.

ஆதவன் இடிந்து போய் அமர்ந்திருந்தான். சாப்பிடு என்றால் கூட கண்களிலிருந்து கர கரவென்று நீர் வழியத் தொடங்கி விடும்.

“விசாரிச்சுப் போட்டு உன்னில பிழை இல்லை எண்டு சொல்லி விட்டிட்டினம்தானே. பிறகு ஏன் கவலைப்படுறாய். இப்பிடி எத்தனையோ பிரச்சனைகள் வரும் போகும். உதையெல்லாம் பெரிசாய் எடுத்துக் கொள்ளாத விடு.”

அமுதா ஆதரவாகச் சொன்னாள். அவன் தோளை அணைத்துக் கொண்டாள்.

“உன்னை நாங்கள் நம்பிறம். இந்த ஊரும் நம்புது. பிறகு மற்றவையைப் பற்றி நீ ஏன் கவலைப்படுறாய்.”

தலையை குனிந்தபடி அமர்ந்திருந்தவனை கவலையோடு பார்த்தாள்.

“அந்தப் பெடியளோட நீ ஏன் பழகினனி.”

“இல்லை... சேர்ந்து படிக்கிற பெடியள் எண்டுதான்...”

“சரி. ஆனால் அவங்கள் சரியில்லை... போதை மருந்து பாவிக்கிறவங்கள் எண்டு தெரிஞ்சால் நீ விலகியிருக்கலாமே.”

அவன் பேசாமல் இருந்தான்.

“சரி...சரி. விடு. போனது போகட்டும். இனி படிப்பில கவனத்தை வை. அழாதையடா... எழும்பு.”

இரவு சாப்பிடாமலே அழுது கொண்டு படுத்து விட்டான். அம்மாதான் பதறிக்கொண்டேயிருந்தாள்.

"விடம்மா. கொஞ்சம் அவன் மனம் தேறட்டும். சரியாய் நொந்து போனான். படுத்து எழும்பட்டும்."

இரவு அம்மாவின் இருமல் சத்தம் வெகு நேரம் கேட்டுக் கொண்டிருந்தது. அமுதாவும் விழித்துக் கொண்டேதான் படுத்திருந்தாள். தம்பியின் நிலை கவலையைத் தந்தது. சத்தமற்ற இரவு அமைதியை தருவதற்குப் பதிலாக சஞ்சலத்தையே தந்தது. இந்தப் பழி தரும் உணர்விலிருந்து அவன் மீண்டு விட வேண்டும். இன்னும் அவனுடன் ஆதரவாக பேசி அவனை சரிப்படுத்த வேண்டும். உறக்கத்துக்கும் விழிப்புக்குமான போராட்டத்தில் விடிந்தது தெரியவில்லை.

அம்மா போட்ட கூப்பாட்டில் பதறியடித்து எழுந்து ஓடினாள். பின்பக்கம் நின்ற மாமரக்கிளையில் ஆதவன் தூக்குப் போட்டு தொங்கிய காட்சி கண்களில் அறைந்தது. அவர்கள் அலறிய அலறலில் அக்கம் பக்கத்து சனங்கள் ஓடி வந்தார்கள்.

காலத்துக்கும் அந்தக் காட்சி நினைவில் இருந்து மறையப்போவதில்லை. மாமரத்தைப் பார்க்கும் போதெல்லாம் நெஞ்சம் பதறப்போகிறது. எவ்வளவு தூரம் மனம் நொந்திருந்தால் இப்படி ஒரு முடிவை எடுத்திருப்பான்... அவனைத் தனிமையில் படுக்கவிட்டது எவ்வளவு பெரிய தவறு.

அமுதாவால் தாள முடியவில்லை. அம்மாவின் கதறலை அடக்க முடியவில்லை. தன்னைச் சுற்றி என்ன நடக்கிறது என்பதே அவளுக்குப் புரியவில்லை. விக்கித்துப் போய் அமர்ந்திருந்தாள்.

சித்தப்பா, சித்தியின் குரல்கள் கனவில் கேட்பது போல உணர்ந்தாள். என்ன செய்கிறார்கள்... என்ன பேசுகிறார்கள்... ஒன்றையும் உணர முடியவில்லை.

காவல்துறை விசாரணை என்று வந்து நின்ற போது திக்கென்றது.

"தற்கொலை செய்யுமுன் கடிதம் ஏதும் எழுதி வைத்தானா? பார்த்தீர்களா..." என்றார்கள்.

பார்க்கத் தோன்றவில்லை. கண்ணில் ஏதும் பட்டதாகவும் நினைவினில் இல்லை.

அமுதா பதட்டத்தோடு ஒதுங்கி நின்றாள்..

அவர்களோடு சேர்ந்து சித்தப்பாவும் நின்று தேடினார். ஆதவன் படுத்திருந்த அறையில் நிலத்தில் விரிக்கப்பட்ட பாயும் போர்வையும் அப்படியே இருந்தது. பக்கத்தில் அவன் படிக்கும் மேசை, அவன் பாவித்த சிறிய அலுமாரி, சுவரில் தொங்கும் அவனது உடுப்புகள்.

எல்லாவற்றையும் தலைகீழாகப் புரட்டினார்கள்.

கடிதம் என்று எதுவும் அகப்படவில்லை.

அவர்கள் போனதும் சித்தப்பா நொந்த குரலில் கேட்டார்.

"இரவு என்ன பிள்ளை நடந்தது. அவன் என்ன கதைச்சவன்."

அமுதாவுக்கு குரல் அடைத்துக் கொண்டது.

"கவலையாய் இருந்தான் சித்தப்பா. நீ எதுக்கும் கவலைப்படாத எண்டுதான் சொன்னனான். சாப்பிடாமல் படுத்திட்டான். விடிய பார்க்கிறம். இப்பிடி செய்து போட்டான்" என்று சொல்லிக்கொண்டே வந்தவள் முகத்தைப் பொத்திக் கொண்டு ஓவென்று அழுதாள்.

"ராத்திரியும் சாப்பிடேலை... என்ர பிள்ளை பசிச்ச வயித்தோட போயிட்டானே... நான் இனி என்ன செய்வன்."

சித்தியின் தோளில் கிடந்து அம்மா கதறினாள்.

ஒவ்வொரு அலுவலையும் சித்தப்பாவும் ஊர் ஆட்களும் நின்று செய்தார்கள். விறாந்தை நடுவே பெட்டிக்குள் எந்த சலனமும் இன்றி ஆதவன் படுத்திருந்தான். இன்னும் கொஞ்ச நேரத்தில் ஆதவன் அவர்களை விட்டுப் போய்விடுவான். அவன் இல்லாத வெறுமையை இந்த வீடு எப்படி தாங்கப் போகிறது. இனி வரும் நாட்கள் அவர்களுக்கு எப்படி இருக்கப் போகிறது.

அவன் உலவிய முற்றம், படுத்துறங்கிய அறை, அமர்ந்து சாப்பிட்ட அடுக்களை, உயிரை மாய்த்த மாமரம்... இவையெல்லாம் துயரத்தின் சாட்சிகளாக அமையப் போகின்றனவே...

என்ர கடவுளே...

அடி வயிற்றுக்குள் எதுவோ புரண்டு புரண்டு அடங்கியது. நெஞ்சை அடைத்துக் கொண்டு வந்தது. அவன் இப்படிச் செய்வான் என்று கொஞ்சமும் யோசிக்காமல் விட்டமே என்று தன்னையே நொந்து கொண்டாள். நடு இரவில் ஒரு தடவை

அவனை போய் பார்த்திருக்கலாமே என்று மனம் தத்தளித்துக் கொண்டேயிருந்தது. குற்ற உணர்வில் ஒடுங்கிப் போனாள்.

எல்லா இடங்களிலிருந்தும் விஷயம் கேள்விப்பட்டு தெரிந்தவர், உறவினர் என்று வந்து கொண்டே இருந்தார்கள். பெண்கள் அம்மாவையும் அவளையும் கட்டிக் கொண்டு அழுதார்கள். துக்கம் இன்னும் பொங்கிப் பெருகியது.

அமுதா அம்மாவின் அருகிலேயே அசையாமல் அமர்ந்திருந்தாள். விறாந்தையின் வெளி வாசலில் நின்றபடி சித்தப்பா சூழ்ந்திருந்த பெண்களுக்குள் யாரையோ தேடிக் கொண்டிருந்தார்.

சித்தி திரும்பி "அமுதா சித்தப்பா உன்னை ஒருக்கா வரட்டாம். போய் என்னெண்டு கேள்" என்றாள்.

அமுதா எழுந்து அமர்ந்திருந்த பெண்களை விலக்கி நடந்து வாசலுக்குப் போனாள். கால்கள் தொய்ந்துவிழுந்து விடுவோமோ என்று பயந்து கொண்டே போனாள். முற்றத்தின் ஓரத்துக்குப் போய் "என்ன சித்தப்பா" என்று கேட்டாள்.

"மாத்தின காசு ஏதும் இருக்கே பிள்ளை. ஒரு இருநூறு ரூபா இப்ப தேவையாக் கிடக்கு."

"இருக்கும் எண்டு நினைக்கிறன் சித்தப்பா. பொறுங்கோ பார்த்துக் கொண்டு வாறன்."

அவள் திரும்பி விறாந்தை கடந்து அறைக்குள் போனாள். சித்தப்பாதான் எல்லா செலவுகளையும் பார்த்துப் பார்த்து செய்கிறார். காசு கணக்கு பற்றி எதுவும் பேசவில்லை. பிறகு அதைப் பார்த்துக் கொள்ளலாம். இப்போதைக்கு அவர் கேட்ட காசு இருந்திட வேணும். இம்மாத சம்பளக்காசில் அம்மாவிடம் கொடுத்தது போக சில்லறையாக ஏதும் இருக்கக்கூடும்.

அறை மூலையில் மேஜை மீது இருந்த கைப்பையை எடுத்து திறந்தாள். உட்பக்கம் பையுக்குள் கைவிட்டுத் துளாவி சில தாள்களை எடுத்தாள். இருநூற்றி இருபது ரூபா இருந்தது. இரண்டு நூறு ரூபா தாள்களை எடுத்துக் கொண்டு மிகுதியை உள்ளே வைத்தாள். அப்போதுதான் கவனித்தாள். கைப்பையின் உட்புறமாக நான்காக மடிக்கப்பட்ட வெள்ளைக் காகிதம் ஒன்று கண்ணில் பட்டது.

பகீரென்றது. பதட்டத்துடன் எடுத்து விரித்தாள்.

அமுதனின் கையெழுத்து. அவசர எழுத்தில் கிறுக்கலாய் தெரிந்தது.

அக்கா... என்னை எந்தப் பிழையும் செய்யமாட்டன் எண்டு எல்லாரும் நம்புகிறீர்கள். அதைக் கேட்கும் போதெல்லாம் என் மனம் குற்ற உணர்வில் தவித்துப் போகிறது. நான் பயத்தில பொய் சொல்லியிட்டன். அது என்னை உறுத்திக் கொண்டேயிருக்கிறது. உண்மை வெளிவரும் போது நீங்கள் துடித்துப் போய்விடுவீர்கள். அந்த நிலையை என்னால் நினைத்துப் பார்க்க முடியேலை. உனதும் அம்மாவினதும் முகத்தில் எப்படி விழிப்பேன். தெரியாமல் பிழை செய்து போட்டன். என்னை மன்னிச்சுக்கொள் அக்கா.. அம்மாவைக் கவனமாய் பார்த்துக்கொள்... ஆதவன்.

அமுதா ஒரு கணம் உறைந்து போய் நின்றாள். அந்த எழுத்துக்களில் ஈரம் பட்டுக் காய்ந்திருந்தது. அழுது கொண்டே எழுதியிருக்கிறான்.

என்ர அப்பன்... மனம் பெருங்குரலில் ஓலமிட்டது.

"அமுதா..."

அறைக்கு வெளியே சித்தியின் குரல் கேட்டது.

கண்களை துடைத்துக் கொண்டாள்.

மெல்ல வெளியே வந்தாள். முற்றத்தில் இறங்கி சித்தப்பாவிடம் காசைக் கொடுத்தாள்.

அப்போதுதான் உள்ளே நுழைந்த மனோகரி மாமி

"ஐயோ... அப்பிராணிப் பெடியனில இல்லாத பொல்லாத பழியைப் போட்டால் அது என்னெண்டு தாங்கும். பிழை செய்யிற பிள்ளையே இது. பாவம். மனம் நொந்து இப்பிடி செய்து போட்டுது... ஏன் அமுதா... அவன் ஏதும் கடிதம் கிடிதம் எழுதி வைச்சவனே... பார்த்தனீங்களே..."

என்று அழும் குரலில் கேட்டாள்.

"இல்லை மாமி... அவன் ஒண்டும் எழுதி வைக்கேலை."

அமுதாவும் அழுது கொண்டே சொல்லி விட்டு உள்ளே போனாள்.

தாய் வீடு, கனடா,
டிசம்பர் 2023

✵ ✵ ✵